ሕፃናት ወደ
እኔ ይምጡ፤
አትከልክሏቸው፤...
በኢየሱስ የተነገረ

ሕፃናት ወደ
እኔ ይምጡ፤
አትከልክሏቸው፤...
በኢየሱስ የተነገረ

በጉ

የመጀመሪያ እትም

በጆን አር ክሮስ
ስዕሎች በኢን ማስተን
ትርጉም በ ወንጌላዊት ሰይፉ

የመጽሐፉ ርዕስ በእንግሊዝኛ፡ THE LAMB

Copyright © 2015 by GOODSEED® International

All rights reserved. No portion of this book may be reproduced in any form without the written permission of the copyright holder. GOODSEED, www.goodseed.com, The Emmaus Road Message and silhouette logo design marks, are trademarks of GOODSEED International.

መብቱ በሕግ የተጠበቀ።ያለ አሳታሚው ፈቃድ አባዝቶ ማሳተምም ሆነ የተወሰነ ክፍልን በተለየዩ መንገዶች ማራባት በጥብቅ የተከለከለ ነው።

Published by GOODSEED® International
P.O. Box 3704, Olds, Alberta T4H 1P5 Canada
Email: info@goodseed.com

ISBN: 978-1-927429-74-7

የአማርኛው ቅጽ የተጠቀመበት ቃለ እግዚአብሔር "በ1993 ዓ.ም ከታተመው አዲሱ መደበኛ ትርጉም መጽሐፍ ቅዱስ በኢንተርናሽናል መጽሐፍ ቅዱስ ማኅበር ፈቃድ ተቀድቶ የታተመ" የተወሰደ ነው።

መብቱ በሕግ የተጠበቀ ነው።

በ ጀርመን ታተመ

Printed in USA
201501-276-60

በጉ
የመጀመሪያ እትም
በጆን አር ክሮስ
ስዕሎች በኢን ማስተን
ትርጉም በ ወንጌላዊት ሰይፉ
የመጽሐፉ ርዕስ በእንግሊዝኛ፡ THE LAMB
Copyright © 2015 by GOODSEED® International
All rights reserved. No portion of this book may be reproduced in any form without the written permission of the copyright holder. GOODSEED, www.goodseed.com, The Emmaus Road Message and silhouette logo design marks, are trademarks of GOODSEED International.
መብቱ በሕግ የተጠበቀ።ያለ አሳታሚው ፈቃድ አባዝቶ ማሳተምም ሆነ የተወሰነ ክፍልን በተለየዩ መንገዶች ማራባት በጥብቅ የተከለከለ ነው።
Published by GOODSEED® International
P.O. Box 3704, Olds, Alberta T4H 1P5 Canada
Email: info@goodseed.com
ISBN: 978-1-927429-74-7
የአማርኛው ቅጽ የተጠቀመበት ቃለ እግዚአብሔር "በ1993 ዓ.ም ከታተመው አዲሱ መደበኛ ትርጉም መጽሐፍ ቅዱስ በኢንተርናሽናል መጽሐፍ ቅዱስ ማኅበር ፈቃድ ተቀድቶ የታተመ" የተወሰደ ነው።
መብቱ በሕግ የተጠበቀ ነው።
በ ጀርመን ታተመ
Printed in USA
201501-276-60

ምስጋና

ይህንን መጽሐፍ ተተርጉሞ ለንባብ እንዲበቃ ያነሳሳኝና የረዳኝ የሥራው ባለቤት የሆነው የጌታችን የኢየሱስ ክርስቶስ አምላካና አባት እግዚአብሔር ይመስገን።

ይህ መጽሐፍ እንዲተረጎም ከሃሳቡ ጀምሮ እያበረታታኝ በጸሎትና በምክር፣ አስፈላጊ ወጪዬን በመሸፈን፣ በኮምፒተር ጽሑፍና በአርትኦት ስራ በማገዝ፣ ካለበት የሥራ ጫና በተጨማሪ ብዙ ነገሮችን የሸፈነልኝን ባለቤቴን አቶ ላዕከ ታፈሰን ከልብ አመሰግናለሁ። ብድራትህን ጌታ ይክፈልህ።

ልጆቼ ምህረት ላዕከና በረከት ላዕከም ስራውን እንድጨርስ ስለታገሱኝ፣ቤት ውስጥ በሚሰሩ ሥራዎችና በጸሎታቸው ስላገዙኝ አመሰግናችኋለሁ፤ ጌታ እርሱን የምትወዱና የምትታዘዙ ያርጋችሁ።

ግድፈቶችን በማረም፣ ባለው የጽሁፍ ችሎታና ልምድ እገዛ ያደረገልኝን ወንድም ስሜ ታደሰን፣ በጸሎትና በሃሳብ የደገፈችኝን እህት ባንቺ ተሾመን በጌታ ስም አመስግናለሁ።

ለትርጉም ስራ የሚያስፈልጉኝን ማቴሪያሎች በጊዜው እጄ እንዲደርሱ የረዱኝን አቶ ጌታቸው ታደሰንና ባለቤቱን ወ/ሮ ክሪስቲን ሰይፉን፤እንዲሁም አቶ መርዳሳ ካሳዬና ወ/ሮ ቆንጂት ሞገስን ሳላመሰግን አላልፍም።

በተጨማሪም በታማኝነት በጸሎት የተጉልኝን ወ/ሮ ኤልሳቤጥ በላቸው፣ ወ/ሪት ሃይፋ ኃይሌ፣ ወ/ሮ ሐረግወይን ወንድአጥር፣ የቤዛ ባፕቲስት ቤተ ክርስቲያን መሪዎችንና ማኅበረ ምእመናን ውለታ አልረሳውም፤ይህ ስራ የእነኝህና በርካታ ስማቸውን ያልገለጽኩት ሰዎች የጸሎት መልስ ነው። ብድራትን የማይረሳ ጌታ እርሱ ያስባችሁ።

ከዚህ በተጨማሪ የዚህን የትርጉም ሥራ መጀመር የሰሙ በተለያየ አጋጣሚ የሚያገኙኝ ወገኖች ስላበረታቱኝና በጸሎት ይህን ሥራ ከፍጻሜ እንዲደርስ ስላገዙኝ ምስጋናዬን አበረክታለሁ።

ምስጋና

ይህንን መጽሐፍ ተተርጉሞ ለንባብ እንዲበቃ ያነሳሳኝና የረዳኝ የሥራው ባለቤት የሆነው የጌታችን የኢየሱስ ክርስቶስ አምላካና አባት እግዚአብሔር ይመስገን።

ይህ መጽሐፍ እንዲተረጎም ከሃሳቡ ጀምሮ እያበረታታኝ በጸሎትና በምክር፣ አስፈላጊ ወጪዬን በመሸፈን፣ በኮምፒተር ጽሑፍና በአርትኦት ስራ በማገዝ፣ ካለበት የሥራ ጫና በተጨማሪ ብዙ ነገሮችን የሸፈነልኝን ባለቤቴን አቶ ላዕከ ታፈሰን ከልብ አመሰግናለሁ። ብድራትህን ጌታ ይክፈልህ።

ልጆቼ ምህረት ላዕከና በረከት ላዕከም ስራውን እንድጨርስ ስለታገሱኝ፣ቤት ውስጥ በሚሰሩ ሥራዎችና በጸሎታቸው ስላገዙኝ አመሰግናችኋለሁ፤ ጌታ እርሱን የምትወዱና የምትታዘዙ ያርጋችሁ።

ግድፈቶችን በማረም፣ ባለው የጽሁፍ ችሎታና ልምድ እገዛ ያደረገልኝን ወንድም ስሜ ታደሰን፣ በጸሎትና በሃሳብ የደገፈችኝን እህት ባንቺ ተሾመን በጌታ ስም አመስግናለሁ።

ለትርጉም ስራ የሚያስፈልጉኝን ማቴሪያሎች በጊዜው እጄ እንዲደርሱ የረዱኝን አቶ ጌታቸው ታደሰንና ባለቤቱን ወ/ሮ ክሪስቲን ሰይፉን፤እንዲሁም አቶ መርዳሳ ካሳዬና ወ/ሮ ቆንጂት ሞገስን ሳላመሰግን አላልፍም።

በተጨማሪም በታማኝነት በጸሎት የተጉልኝን ወ/ሮ ኤልሳቤጥ በላቸው፣ ወ/ሪት ሃይፋ ኃይሌ፣ ወ/ሮ ሐረግወይን ወንድአጥር፣ የቤዛ ባፕቲስት ቤተ ክርስቲያን መሪዎችንና ማኅበረ ምእመናን ውለታ አልረሳውም፤ይህ ስራ የእነኝህና በርካታ ስማቸውን ያልገለጽኩት ሰዎች የጸሎት መልስ ነው። ብድራትን የማይረሳ ጌታ እርሱ ያስባችሁ።

ከዚህ በተጨማሪ የዚህን የትርጉም ሥራ መጀመር የሰሙ በተለያየ አጋጣሚ የሚያገኙኝ ወገኖች ስላበረታቱኝና በጸሎት ይህን ሥራ ከፍጻሜ እንዲደርስ ስላገዙኝ ምስጋናዬን አበረክታለሁ።

ማውጫ

የሚፈለገውን ውጤት ለማግኘት የመጽሐፉ አጠቃቀም	5
ምዕራፍ 1 – እግዚአብሔር ሁሉን ፈጠረ	10
ምዕራፍ 2 – እግዚአብሔር ምን ይመስላል?	34
ምዕራፍ 3 – መጥፎ መላእክት	48
ምዕራፍ 4 – የተሳሳተ ምርጫ	62
ምዕራፍ 5 – ማንን ማመን	78
ምዕራፍ 6 – የማዳን ዕቅድ	92
ምዕራፍ 7 – ትክክልና ስህተት	102
ምዕራፍ 8 – የቃል ኪዳኑ አዳኝ	114
ምዕራፍ 9 – እንከን የለሹ በጋችን	130
ምዕራፍ 10 – ሕያው ለዘላለም	144
የእግዚአብሔርን ደብዳቤ ተረድታችሁታል?	160
የእግዚአብሔርን ደብዳቤ ታምናላችሁ?	162
ማስታወሻ	171

ማውጫ

የሚፈለገውን ውጤት ለማግኘት የመጽሐፉ አጠቃቀም	5
ምዕራፍ 1 – እግዚአብሔር ሁሉን ፈጠረ	10
ምዕራፍ 2 – እግዚአብሔር ምን ይመስላል?	34
ምዕራፍ 3 – መጥፎ መላእክት	48
ምዕራፍ 4 – የተሳሳተ ምርጫ	62
ምዕራፍ 5 – ማንን ማመን	78
ምዕራፍ 6 – የማዳን ዕቅድ	92
ምዕራፍ 7 – ትክክልና ስህተት	102
ምዕራፍ 8 – የቃል ኪዳኑ አዳኝ	114
ምዕራፍ 9 – እንከን የለሹ በጋችን	130
ምዕራፍ 10 – ሕያው ለዘላለም	144
የእግዚአብሔርን ደብዳቤ ተረድታችሁታል?	160
የእግዚአብሔርን ደብዳቤ ታምናላችሁ?	162
ማስታወሻ	171

በካሩበርስ ለሚገኙ ወዳጆቻችን

በካሩበርስ ለሚገኙ ወዳጆቻችን

የሚፈለገውን ውጤት ለማግኘት የመጽሐፉ አጠቃቀም

አንድ ላይ መገጣጠም

የመጽሐፍ ቅዱስ ዋነኛ መልእክት ገና በልጅነት ዕድሜ የሚገባ ነው። በሌላ መንገድ ደግሞ ልክ እንደ እንቆቅልሽ ነው። ቁርጥራጮቹ በትክክል ከተገጣጠሙ ትርጉም ይሰጣል።

አዲስ ጽንሰ ሃሳብ ለመማር ከመሠረቱ ጀምሮ ወደ ላይ መገንባት ፣ ከሚታወቀው ወደ ማይታወቀው መሄድ የተፈለገውን ወጤት ያስገኛል። በትምህርት ቤት ውስጥ የሂሳብ ትምህርት ለልጆች ስታስተምሩ ከውስብስብ ቀመር አትጀምሩም። ይልቁንም 1 ብርቱካን + 1 ብርቱካን = 2 ብርቱካኖች በማለት ጀምራችሁ ወስብስብ ወደሆነው ትምህርት ትሄዳላችሁ። መሠረታዊ የሆነውን ከዘለላችሁት ቀላል ሂሳብ እንኳን አደናጋሪ ይሆናል።

በመጽሐፍ ቅዱስ ትምህርትም የሚሆነው ተመሳሳይ ነው። ለእያንዳንዱ አዲስ ጽንሰ ሃሳብ ጠንካራ መሠረት ለመጣል ጥንቃቄ የተሞላበት ትኩረት ሊሰጠው ይገባል። ሳትቸኩሉ ግልጽ እንዲሆንና እንዲገባ ጥረት ስታደርጉ ሁሉም ቦታ ቦታውን ይይዛል።

ጊዜያችሁን ማቀድ

ይህ መጽሐፍ ለዐሥር ክፍለ ጊዜያት የተዘጋጀ ነው። አንዱን ምዕራፍ በአንድ ክፍለ ጊዜ በመሸፈን ሦስት ምዕራፎች በአንድ ሳምንት እንድታስተምሩ እመክራለሁ። ከዚህ ካነሰ የመጽሐፉ አስፈላጊነት በልጆቹ አእምሮ ውስጥ ዝቅ ይላል፤ የመልእክቱንም ተያያዥነት ይቆርጠዋል። ቅድሚያ ዝግጅት አያስፈልገውም፤ የቀደመውን የትምህርት ክፍል የሚከልስ በእያንዳንዱ ትምህርት መጀመሪያ አብሮ ተሰርቷል። ጥያቄዎችም በየምዕራፉ መጨረሻ ተካትተዋል። በአጠቃላይ መጽሐፉን ለማንበብና ጥያቄዎችን ለመጠየቅ የሚያስፈልገው ጊዜ ከዐሥር እስከ ዐሥራ አምስት ደቂቃ ነው።

ቀለል ማድረግ

ትረካውን ቀለል ለማድረግ በብሉይ ኪዳን ውስጥ የሚገኘው ማዕከላዊ ትምህርት ትኩረት ያደረገው በሁለቱ ሰዎች በአዳምና ሔዋን ዙሪያ ነው። ለትንንሽ ልጆች ብዙ ሰዎችን ማስተዋወቅ መልእክቱን አላስፈላጊ ወደ ሆነ ውስብስብ ውስጥ ይከተዋል ተብሎ ይታመናል።

የሚፈለገውን ውጤት ለማግኘት የመጽሐፉ አጠቃቀም

አንድ ላይ መገጣጠም

የመጽሐፍ ቅዱስ ዋነኛ መልእክት ገና በልጅነት ዕድሜ የሚገባ ነው። በሌላ መንገድ ደግሞ ልክ እንደ እንቆቅልሽ ነው። ቁርጥራጮቹ በትክክል ከተገጣጠሙ ትርጉም ይሰጣል።

አዲስ ጽንሰ ሃሳብ ለመማር ከመሠረቱ ጀምሮ ወደ ላይ መገንባት ፣ ከሚታወቀው ወደ ማይታወቀው መሄድ የተፈለገውን ወጤት ያስገኛል። በትምህርት ቤት ውስጥ የሂሳብ ትምህርት ለልጆች ስታስተምሩ ከውስብስብ ቀመር አትጀምሩም። ይልቁንም 1 ብርቱካን + 1 ብርቱካን = 2 ብርቱካኖች በማለት ጀምራችሁ ወስብስብ ወደሆነው ትምህርት ትሄዳላችሁ። መሠረታዊ የሆነውን ከዘለላችሁት ቀላል ሂሳብ እንኳን አደናጋሪ ይሆናል።

በመጽሐፍ ቅዱስ ትምህርትም የሚሆነው ተመሳሳይ ነው። ለእያንዳንዱ አዲስ ጽንሰ ሃሳብ ጠንካራ መሠረት ለመጣል ጥንቃቄ የተሞላበት ትኩረት ሊሰጠው ይገባል። ሳትቸኩሉ ግልጽ እንዲሆንና እንዲገባ ጥረት ስታደርጉ ሁሉም ቦታ ቦታውን ይይዛል።

ጊዜያችሁን ማቀድ

ይህ መጽሐፍ ለዐሥር ክፍለ ጊዜያት የተዘጋጀ ነው። አንዱን ምዕራፍ በአንድ ክፍለ ጊዜ በመሸፈን ሦስት ምዕራፎች በአንድ ሳምንት እንድታስተምሩ እመክራለሁ። ከዚህ ካነሰ የመጽሐፉ አስፈላጊነት በልጆቹ አእምሮ ውስጥ ዝቅ ይላል፤ የመልእክቱንም ተያያዥነት ይቆርጠዋል። ቅድሚያ ዝግጅት አያስፈልገውም፤ የቀደመውን የትምህርት ክፍል የሚከልስ በእያንዳንዱ ትምህርት መጀመሪያ አብሮ ተሰርቷል። ጥያቄዎችም በየምዕራፉ መጨረሻ ተካትተዋል። በአጠቃላይ መጽሐፉን ለማንበብና ጥያቄዎችን ለመጠየቅ የሚያስፈልገው ጊዜ ከዐሥር እስከ ዐሥራ አምስት ደቂቃ ነው።

ቀለል ማድረግ

ትረካውን ቀለል ለማድረግ በብሉይ ኪዳን ውስጥ የሚገኘው ማዕከላዊ ትምህርት ትኩረት ያደረገው በሁለቱ ሰዎች በአዳምና ሔዋን ዙሪያ ነው። ለትንንሽ ልጆች ብዙ ሰዎችን ማስተዋወቅ መልእክቱን አላስፈላጊ ወደ ሆነ ውስብስብ ውስጥ ይከተዋል ተብሎ ይታመናል።

6

ጥያቄዎች እንዴት እንደሚሰሩ

ልጆች ጥያቄ ይወዳሉ። አንዳንዶች በየምዕራፉ መጨረሻ ያሉትን ጥያቄዎች ለመመለስ ደስተኞች ቢሆኑም ሌሎች ግን ተጨማሪ ይጠይቁ ይሆናል። የግርጌ ማስታወሻ ክፍል ለዚህ አይነቱ ጊዜ መሠረታዊ መረጃ ለመስጠት ይረዳል። የዚህ መጽሐፍ ቅድም ተከተል "THE STRANGER ON THE ROAD TO EMMAUS" ከሚባለው መጽሐፍ ቅዱስን በጥልቀት ከሚዳስሰው መጽሐፍ ጋር ይያያዛል።

ልጆች ጥያቄዎቹን ሁሉ በትክክል ከመለሱ ትምህርቱን ለመዝለል ይቃጣቸዋል። ቢሆንም ጥያቄዎቹ አስፈላጊ ክለሳ ስለሆኑ በትክክል ተመለሱ ማለት ልጆቹ ፍሬ ሃሳቡን ተረድተውታል ማለት ነው።

መልእክቱ

ይህ መጽሐፍ የመጽሐፍ ቅዱስን ዋና መልእክት ሳያለሳልስ ወይም አከራካሪ ሃሳቦችን ሳይሸሽ አቅርቧል። በኀጢአትና ሞት ላይ እንኳን ትክክለኛና ፊት ለፊት በሆነ መንገድ ትምህርት ተሰጥቷል። በትይዩም የልጆቹ ሃሳብ ተንጠልጥሎ እንዲቀር አልተደረገም። ስለ ሞት እንኳ የሚገልጸው ክፍል በተስፋ ነው የተደመደመው።

የመጽሐፍ ቅዱስ ንግግር ቀጥተኛ ነው፤ ስለዚህ ደብዛዛ ነገሮችን ለማስቀረት ጥረት ተደርጓል። መጽሐፍ ቅዱስ ምርጫ በሚፈልግበት ጊዜ ያ ምርጫ ቁልጭ ተደርጎ ተቀምጧል። መልእክቱን በማደብዘዝ የሰዎችን ስሜት ለመጠበቅ ሙከራ አልተደረገም። በተለምዶ "ሰው" የሚለው ቃል በጥቅሉ የሰው ልጅ የሚለውን ለመግለጽ ጥቅም ላይ ውሏል።

ጥያቄዎች እንዴት እንደሚሰሩ

ልጆች ጥያቄ ይወዳሉ። አንዳንዶች በየምዕራፉ መጨረሻ ያሉትን ጥያቄዎች ለመመለስ ደስተኞች ቢሆኑም ሌሎች ግን ተጨማሪ ይጠይቁ ይሆናል። የግርጌ ማስታወሻ ክፍል ለዚህ አይነቱ ጊዜ መሠረታዊ መረጃ ለመስጠት ይረዳል። የዚህ መጽሐፍ ቅድም ተከተል "THE STRANGER ON THE ROAD TO EMMAUS" ከሚባለው መጽሐፍ ቅዱስን በጥልቀት ከሚዳስሰው መጽሐፍ ጋር ይያያዛል።

ልጆች ጥያቄዎቹን ሁሉ በትክክል ከመለሱ ትምህርቱን ለመዝለል ይቃጣቸዋል። ቢሆንም ጥያቄዎቹ አስፈላጊ ክለሳ ስለሆኑ በትክክል ተመለሱ ማለት ልጆቹ ፍሬ ሃሳቡን ተረድተውታል ማለት ነው።

መልእክቱ

ይህ መጽሐፍ የመጽሐፍ ቅዱስን ዋና መልእክት ሳያለሳልስ ወይም አከራካሪ ሃሳቦችን ሳይሸሽ አቅርቧል። በኀጢአትና ሞት ላይ እንኳን ትክክለኛና ፊት ለፊት በሆነ መንገድ ትምህርት ተሰጥቷል። በትይዩም የልጆቹ ሃሳብ ተንጠልጥሎ እንዲቀር አልተደረገም። ስለ ሞት እንኳ የሚገልጸው ክፍል በተስፋ ነው የተደመደመው።

የመጽሐፍ ቅዱስ ንግግር ቀጥተኛ ነው፤ ስለዚህ ደብዛዛ ነገሮችን ለማስቀረት ጥረት ተደርጓል። መጽሐፍ ቅዱስ ምርጫ በሚፈልግበት ጊዜ ያ ምርጫ ቁልጭ ተደርጎ ተቀምጧል። መልእክቱን በማደብዘዝ የሰዎችን ስሜት ለመጠበቅ ሙከራ አልተደረገም። በተለምዶ "ሰው" የሚለው ቃል በጥቅሉ የሰው ልጅ የሚለውን ለመግለጽ ጥቅም ላይ ውሏል።

7

በጉ

በጉ

እግዚአብሔር ሁሉን ፈጠረ

መጽሐፍ ቅዱስ ከእግዚአብሔር ለእያንዳንዳችን የተፃፈ አስፈላጊ ደብዳቤ[1] ነው። መጽሐፍ ቅዱስ እግዚአብሔር ለእናንተ ልዩ መልዕክት እንደላከላችሁ ይናገራል።

ምንም እንኳ ደብዳቤው የተፃፈው ከብዙ ዓመታት በፊት ቢሆንም በመጀመሪያ ሲፃፍ እንደነበረው ጊዜ ሁሉ መልዕክቱ ዛሬም ጠቃሚ ነው።

ልጆች ሁሉ መጽሐፍ ቅዱስ ስለነሱ ያለውን ማወቅ ያስፈልጋቸዋል።

ቅዱሳት መጻሕፍት ሁሉ የእግዚአብሔር መንፈስ ያለባቸው ናቸው፤ … 2 ጢሞቲዎስ 3፡16

…በመጽሐፍ ያለው የትንቢት ቃል ሁሉ ማንም ሰው በገዛ ራሱ መንገድ የሚተረጐመው አይደለም፤ ምክንያቱም ትንቢት ከእግዚአብሔር የተላኩ ሰዎች በመንፈስ ቅዱስ ተመርተው ተናገሩት እንጂ ከቶ በሰው ፈቃድ የመጣ አይደለም። 2 ጴጥሮስ 1፡20፣21

– ምዕራፍ አንድ –

እግዚአብሔር ሁሉን ፈጠረ

መጽሐፍ ቅዱስ ከእግዚአብሔር ለእያንዳንዳችን የተፃፈ አስፈላጊ ደብዳቤ[1] ነው። መጽሐፍ ቅዱስ እግዚአብሔር ለእናንተ ልዩ መልዕክት እንደላከላችሁ ይናገራል።

ምንም እንኳ ደብዳቤው የተፃፈው ከብዙ ዓመታት በፊት ቢሆንም በመጀመሪያ ሲፃፍ እንደነበረው ጊዜ ሁሉ መልዕክቱ ዛሬም ጠቃሚ ነው።

ልጆች ሁሉ መጽሐፍ ቅዱስ ስለነሱ ያለውን ማወቅ ያስፈልጋቸዋል።

ቅዱሳት መጻሕፍት ሁሉ የእግዚአብሔር መንፈስ ያለባቸው ናቸው፤ … 2 ጢሞቲዎስ 3፡16

…በመጽሐፍ ያለው የትንቢት ቃል ሁሉ ማንም ሰው በገዛ ራሱ መንገድ የሚተረጐመው አይደለም፤ ምክንያቱም ትንቢት ከእግዚአብሔር የተላኩ ሰዎች በመንፈስ ቅዱስ ተመርተው ተናገሩት እንጂ ከቶ በሰው ፈቃድ የመጣ አይደለም። 2 ጴጥሮስ 1፡20፣21

10

– ምዕራፍ አንድ –

የመጽሐፍ ቅዱስ መጀመሪያው ገጽ እግዚአብሔር ፈጽሞ ያልተወለደና ፈጽሞ የማይሞት[2] መሆኑን ይነግረናል።እርሱ መጀመሪያና መጨረሻ የለውም።እግዚአብሔር ሁልጊዜም ነበረ ደግሞም ለዘላለም ይኖራል።

መጽሐፍ ቅዱስ በመጀመሪያ እግዚአብሔር ነበረ ይላል።አትክልት፣እንስሳት፣ወይም ሰዎች አልነበሩም።ሌሎች አማልክት አልነበሩም።ማንም አልነበረም!

በመጀመሪያ እግዚአብሔር ብቻ ነበረ።

ገና ተራሮች ሳይወለዱ፣ምድርንና ዓለምን ከመፍጠርህ በፊት፣ አንተ ከዘላለም እስከ ዘላለም አምላክ ነህ። መዝሙር 90:2

እኔ እግዚአብሔር ነኝ፤ ከእኔ ሌላ ማንም የለም፤ ከእኔ በቀር አምላክ የለም። ኢሳይያስ 45:5

ከእኔ በፊት አምላክ አልተሠራም፤ ከእኔም በኋላ አይኖርም። ኢሳይያስ 43:10

– ምዕራፍ አንድ –

የመጽሐፍ ቅዱስ መጀመሪያው ገጽ እግዚአብሔር ፈጽሞ ያልተወለደና ፈጽሞ የማይሞት[2] መሆኑን ይነግረናል።እርሱ መጀመሪያና መጨረሻ የለውም።እግዚአብሔር ሁልጊዜም ነበረ ደግሞም ለዘላለም ይኖራል።

መጽሐፍ ቅዱስ በመጀመሪያ እግዚአብሔር ነበረ ይላል።አትክልት፣እንስሳት፣ወይም ሰዎች አልነበሩም።ሌሎች አማልክት አልነበሩም።ማንም አልነበረም!

በመጀመሪያ እግዚአብሔር ብቻ ነበረ።

ገና ተራሮች ሳይወለዱ፣ምድርንና ዓለምን ከመፍጠርህ በፊት፣ አንተ ከዘላለም እስከ ዘላለም አምላክ ነህ። መዝሙር 90:2

እኔ እግዚአብሔር ነኝ፤ ከእኔ ሌላ ማንም የለም፤ ከእኔ በቀር አምላክ የለም። ኢሳይያስ 45:5

ከእኔ በፊት አምላክ አልተሠራም፤ ከእኔም በኋላ አይኖርም። ኢሳይያስ 43:10

12

መጽሐፍ ቅዱስ እግዚአብሔር የምናያቸውንም የማናያቸውንም ነገሮች ሁሉ እንደፈጠረ ይናገራል።

እግዚአብሔር መጀመሪያ ከፈጠራቸው ነገሮች ውስጥ መላእክት ይገኙበታል።እግዚአብሔርን ማየት እንደማይቻለን ሁሉ መላእክትንም ማየት አንችልም።መላእክትንና እግዚአብሔርን መንፈስ ብለን እንጠራቸዋለን።ልክ እንደሰው[3] ሕልውና ያላቸው ናቸው፤ነገር ግን ሥጋና አጥንት የላቸውም።

መላእክት የእግዚአብሔር ልዩ መልእክተኞች እንዲሆኑ የተፈጠሩ ናቸው።እግዚአብሔር የሚያዛቸውን የሚፈጽሙ ናቸው።

እግዚአብሔር ዓለምን ሲፈጥር መላእክቱ እየዘመሩ ይመለከቱ ነበር።

እግዚአብሔር መንፈስ ነው፤… ዮሐንስ 4፡24

መላእክት ሁሉ መዳንን የሚወርሱትን ለማገልገል የሚላኩ አገልጋይ መናፍስት አይደሉምን? ዕብራውያን 1፡14

እናንተ ለቃሉ የምትታዘዙ መላእክቱ፤ትእዛዙንም የምትፈጽሙ እናንተ ኃያላን፤እግዚአብሔርን ባርኩ። መዝሙር 103፡20

– ምዕራፍ አንድ –

መጽሐፍ ቅዱስ እግዚአብሔር የምናያቸውንም የማናያቸውንም ነገሮች ሁሉ እንደፈጠረ ይናገራል።

እግዚአብሔር መጀመሪያ ከፈጠራቸው ነገሮች ውስጥ መላእክት ይገኙበታል።እግዚአብሔርን ማየት እንደማይቻለን ሁሉ መላእክትንም ማየት አንችልም።መላእክትንና እግዚአብሔርን መንፈስ ብለን እንጠራቸዋለን።ልክ እንደሰው[3] ሕልውና ያላቸው ናቸው፤ነገር ግን ሥጋና አጥንት የላቸውም።

መላእክት የእግዚአብሔር ልዩ መልእክተኞች እንዲሆኑ የተፈጠሩ ናቸው።እግዚአብሔር የሚያዛቸውን የሚፈጽሙ ናቸው።

እግዚአብሔር ዓለምን ሲፈጥር መላእክቱ እየዘመሩ ይመለከቱ ነበር።

እግዚአብሔር መንፈስ ነው፤… ዮሐንስ 4፡24

መላእክት ሁሉ መዳንን የሚወርሱትን ለማገልገል የሚላኩ አገልጋይ መናፍስት አይደሉምን? ዕብራውያን 1፡14

እናንተ ለቃሉ የምትታዘዙ መላእክቱ፤ትእዛዙንም የምትፈጽሙ እናንተ ኃያላን፤እግዚአብሔርን ባርኩ። መዝሙር 103፡20

14

– ምዕራፍ አንድ –

መጽሐፍ ቅዱስ እግዚአብሔር ዓለምን በተለየ መንገድ እንደፈጠራት ይናገረናል።አንዳንድ ነገሮችን ስንሰራ እርሳስ፣ወረቀትና መቀስ ያስፈልጉናል።አንዳንድ ጊዜ እንጨት፣ሚስማርና ሙጫ በመጠቀም እንሰራለን።በሌላ ጊዜ ደግሞ መርፌና ክር እንጠቀማለን።

ነገር ግን እግዚአብሔር ዓለምን ሲፈጥር ምንም አይነት መሣሪያ እንዳልተጠቀመ መጽሐፍ ቅዱስ ይናገራል።እግዚአብሔር ተናገረ፤ተፈጠሩም!

ዓለማት በእግዚአብሔር ቃል እንደተፈጠሩ... ዕብራውያን 11:3

በእግዚአብሔር ቃል ሰማያት ተሠሩ፤ በአፉም እስትንፋስ የከዋክብት ሰራዊት።
ምድር ሁሉ እግዚአብሔርን ትፍራው፤ በዓለም የሚኖር ሕዝብ ሁሉ በፊቱ ይንቀጥቀጥ።
እርሱ ተናግሮአልና ሆኑ፤ አዞአልና፣ ጸኑም። መዝሙር 33:6፣8፣9

– ምዕራፍ አንድ –

መጽሐፍ ቅዱስ እግዚአብሔር ዓለምን በተለየ መንገድ እንደፈጠራት ይናገረናል።አንዳንድ ነገሮችን ስንሰራ እርሳስ፣ወረቀትና መቀስ ያስፈልጉናል።አንዳንድ ጊዜ እንጨት፣ሚስማርና ሙጫ በመጠቀም እንሰራለን።በሌላ ጊዜ ደግሞ መርፌና ክር እንጠቀማለን።

ነገር ግን እግዚአብሔር ዓለምን ሲፈጥር ምንም አይነት መሣሪያ እንዳልተጠቀመ መጽሐፍ ቅዱስ ይናገራል።እግዚአብሔር ተናገረ፤ተፈጠሩም!

ዓለማት በእግዚአብሔር ቃል እንደተፈጠሩ... ዕብራውያን 11:3

በእግዚአብሔር ቃል ሰማያት ተሠሩ፤ በአፉም እስትንፋስ የከዋክብት ሰራዊት።
ምድር ሁሉ እግዚአብሔርን ትፍራው፤ በዓለም የሚኖር ሕዝብ ሁሉ በፊቱ ይንቀጥቀጥ።
እርሱ ተናግሮአልና ሆኑ፤ አዞአልና፣ ጸኑም። መዝሙር 33:6፣8፣9

– ምዕራፍ አንድ –

እግዚአብሔር “ብርሃን ይሁን” አለ! ታውቃላችሁ? ወዲያውኑ ከጨለማ ውስጥ ብርሃን ታየ።

እግዚአብሔር በመናገር ብቻ የምናያቸውን ነገሮች ሁሉ እንደፈጠረ መጽሐፍ ቅዱስ ይናገራል።እግዚአብሔር ኀያል ነው፤ማንኛውንም ነገር ማድረግ ይችላል!

ከዚያም እግዚአብሔር “ብርሃን ይሁን” አለ፤… ዘፍጥረት 1፡3

እግዚአብሔር ሆይ፤ እንዳንተ ያለ ማንም የለም፤አንተ ታላቅ ነህ፤የስምህም ሥልጣን ታላቅ ነው። ኤርምያስ 10፡6

አቤት፣ ጌታ እግዚአብሔር ሆይ፤ አንተ ሰማያትንና ምድርን በታላቅ ኀይልህና በተዘረጋች ክንድህ ፈጥረሃል፤ የሚሳንህም አንዳች ነገር የለም። ኤርምያስ 32፡17

– ምዕራፍ አንድ –

እግዚአብሔር “ብርሃን ይሁን” አለ! ታውቃላችሁ? ወዲያውኑ ከጨለማ ውስጥ ብርሃን ታየ።

እግዚአብሔር በመናገር ብቻ የምናያቸውን ነገሮች ሁሉ እንደፈጠረ መጽሐፍ ቅዱስ ይናገራል።እግዚአብሔር ኀያል ነው፤ማንኛውንም ነገር ማድረግ ይችላል!

ከዚያም እግዚአብሔር “ብርሃን ይሁን” አለ፤… ዘፍጥረት 1፡3

እግዚአብሔር ሆይ፤ እንዳንተ ያለ ማንም የለም፤አንተ ታላቅ ነህ፤የስምህም ሥልጣን ታላቅ ነው። ኤርምያስ 10፡6

አቤት፣ ጌታ እግዚአብሔር ሆይ፤ አንተ ሰማያትንና ምድርን በታላቅ ኀይልህና በተዘረጋች ክንድህ ፈጥረሃል፤ የሚሳንህም አንዳች ነገር የለም። ኤርምያስ 32፡17

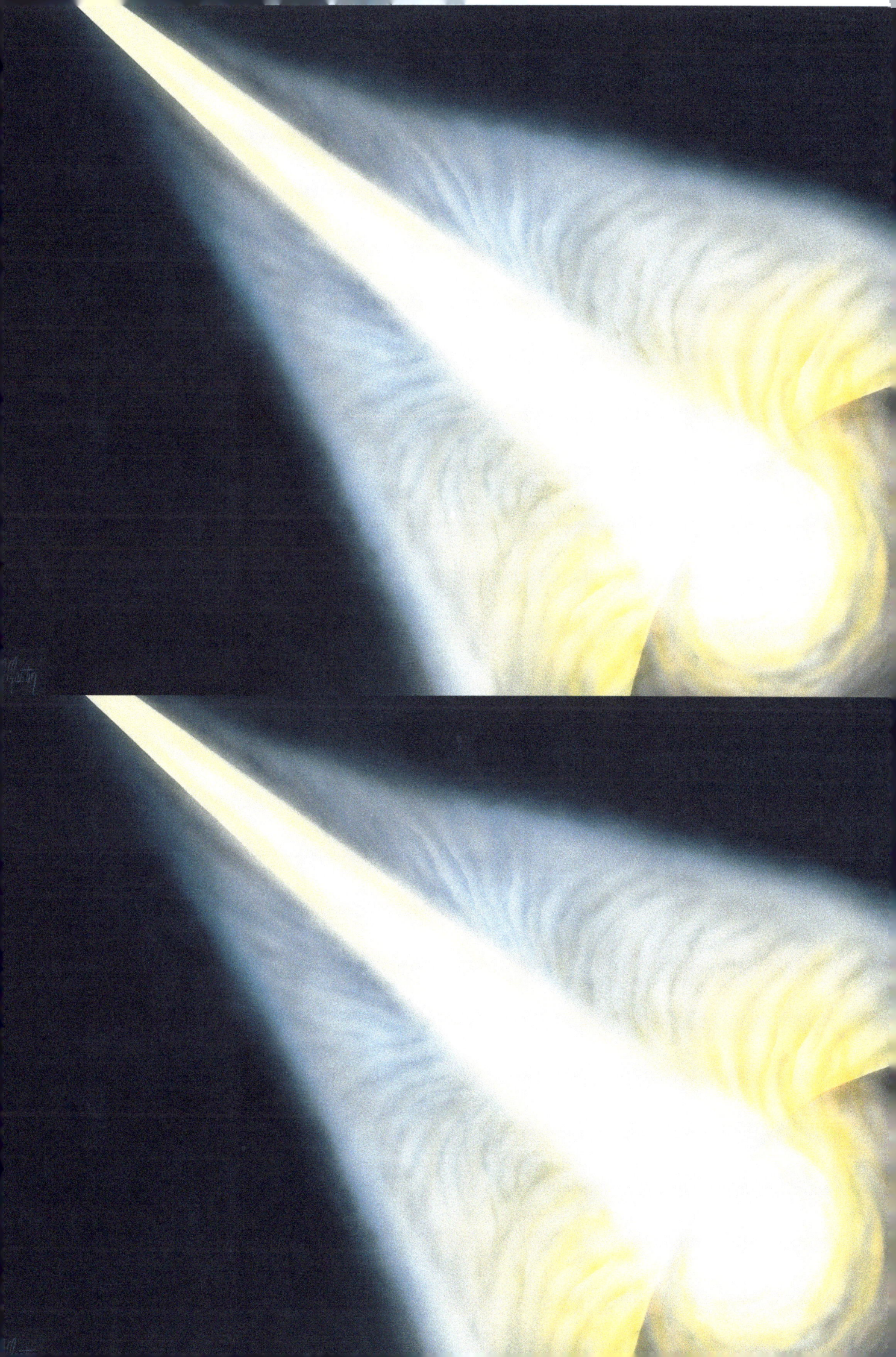

እግዚአብሔር ፀሐይን፣ጨረቃንና ከዋክብትን እንደፈጠረ መጽሐፍ ቅዱስ ይነግረናል፡፡እርሱ በሚፈልግበት ቦታ በሰማይ ላይ አስቀመጣቸው፡፡ እግዚአብሔር ይህንን ለማድረግ የቻለበት ምክንያት በሁሉ ቦታ ስለሚገኝ ነው፡፡

እግዚአብሔር በሁሉ ቦታ ስለሚገኝ ደስ መሰኘት ይገባናል፡፡ይህም ማለት እግዚአብሔር ከእናንተና ከቤተሰቦቻችሁ እንዲሁም ከጓደኞቻችሁ ጋር በአንድ ጊዜ መሆን ይችላል፤የሚኖሩበት ቦታ ምንም ያህል ሩቅ ቢሆን ወይም ወደ ሩቅ ስፍራ ቢሄዱ፡፡

እግዚአብሔር የዚህን ያህል ታላቅና አስደናቂ ነው፡፡

እግዚአብሔር ለምድር ብርሃን ይሰጡ ዘንድ ሁለት ታላላቅ ብርሃናት አደረገ፤ ታላቁ ብርሃን በቀን እንዲሠለጥን፣ ታናሹ ብርሃን በሌሊት እንዲሠለጥን አደረገ፡፡ እንዲሁም ከዋክብትን አደረገ፡፡ ዘፍጥረት 1:16

"…እኔ እንዳላየው፣ በስውር ቦታ ሊሸሸግ የሚችል አለን?" ይላል እግዚአብሔር፡፡" ሰማይንና ምድርንስ የሞላሁ እኔ አይደለሁምን" ይላል እግዚአብሔር፡፡ ኤርምያስ 23:24

– ምዕራፍ አንድ –

እግዚአብሔር ፀሐይን፣ጨረቃንና ከዋክብትን እንደፈጠረ መጽሐፍ ቅዱስ ይነግረናል፡፡እርሱ በሚፈልግበት ቦታ በሰማይ ላይ አስቀመጣቸው፡፡ እግዚአብሔር ይህንን ለማድረግ የቻለበት ምክንያት በሁሉ ቦታ ስለሚገኝ ነው፡፡

እግዚአብሔር በሁሉ ቦታ ስለሚገኝ ደስ መሰኘት ይገባናል፡፡ይህም ማለት እግዚአብሔር ከእናንተና ከቤተሰቦቻችሁ እንዲሁም ከጓደኞቻችሁ ጋር በአንድ ጊዜ መሆን ይችላል፤የሚኖሩበት ቦታ ምንም ያህል ሩቅ ቢሆን ወይም ወደ ሩቅ ስፍራ ቢሄዱ፡፡

እግዚአብሔር የዚህን ያህል ታላቅና አስደናቂ ነው፡፡

እግዚአብሔር ለምድር ብርሃን ይሰጡ ዘንድ ሁለት ታላላቅ ብርሃናት አደረገ፤ ታላቁ ብርሃን በቀን እንዲሠለጥን፣ ታናሹ ብርሃን በሌሊት እንዲሠለጥን አደረገ፡፡ እንዲሁም ከዋክብትን አደረገ፡፡ ዘፍጥረት 1:16

"…እኔ እንዳላየው፣ በስውር ቦታ ሊሸሸግ የሚችል አለን?" ይላል እግዚአብሔር፡፡" ሰማይንና ምድርንስ የሞላሁ እኔ አይደለሁምን" ይላል እግዚአብሔር፡፡ ኤርምያስ 23:24

20

እግዚአብሔር ዓለምን በስድስት ቀን እንደፈጠረ መጽሐፍ ቅዱስ ይናገራል፤ይህን ማድረግ የሚችለው እግዚአብሔር ብቻ ነው።

እርሱ የምንበላውን ምግብ፣የምንተነፍሰውን አየርና የምንጠጣውን ውሃ ፈጠረ።እርሱ ወንዞችን፣ውቅያኖሶችንና ተራሮችን ፈጠረ፤እግዚአብሔር ሁሉንም ዛፎችና አበቦች ፈጠረ።

በመጀመሪያ እግዚአብሔር ሰማያትንና ምድርን ፈጠረ። ዘፍጥረት 1:1

እግዚአብሔር ሰማይንና ምድርን፣ ባሕርንና በውስጡም ያሉትን ሁሉ በስድስት ቀን ፈጥሮ፤... ዘፀአት 20:11

– ምዕራፍ አንድ –

እግዚአብሔር ዓለምን በስድስት ቀን እንደፈጠረ መጽሐፍ ቅዱስ ይናገራል፤ይህን ማድረግ የሚችለው እግዚአብሔር ብቻ ነው።

እርሱ የምንበላውን ምግብ፣የምንተነፍሰውን አየርና የምንጠጣውን ውሃ ፈጠረ።እርሱ ወንዞችን፣ውቅያኖሶችንና ተራሮችን ፈጠረ፤እግዚአብሔር ሁሉንም ዛፎችና አበቦች ፈጠረ።

በመጀመሪያ እግዚአብሔር ሰማያትንና ምድርን ፈጠረ። ዘፍጥረት 1:1

እግዚአብሔር ሰማይንና ምድርን፣ ባሕርንና በውስጡም ያሉትን ሁሉ በስድስት ቀን ፈጥሮ፤... ዘፀአት 20:11

22

– ምዕራፍ አንድ –

እግዚአብሔር በባሕር ውስጥ የሚንቀሳቀሱትን ዓሣዎች ፈጠረ።

እርሱም ጥቃቅን ዓሣዎችን፣አሣ ነባሪዎችን፣ክራቦችንና የባሕር ፈረሶችን ፈጠረ።

...እግዚአብሔር በባሕር ውስጥ የሚኖሩ ታላላቅ ፍጡራንን፣በውሃ ውስጥ የሚርመሰመሱ ሕይወት ያላቸውን ነገሮች ሁሉ እንደየወገናቸው...ፈጠረ፤ እግዚአብሔርም ይህ መልካም እንደ ሆነ አየ። ዘፍጥረት 1:21

– ምዕራፍ አንድ –

እግዚአብሔር በባሕር ውስጥ የሚንቀሳቀሱትን ዓሣዎች ፈጠረ።

እርሱም ጥቃቅን ዓሣዎችን፣አሣ ነባሪዎችን፣ክራቦችንና የባሕር ፈረሶችን ፈጠረ።

...እግዚአብሔር በባሕር ውስጥ የሚኖሩ ታላላቅ ፍጡራንን፣በውሃ ውስጥ የሚርመሰመሱ ሕይወት ያላቸውን ነገሮች ሁሉ እንደየወገናቸው...ፈጠረ፤ እግዚአብሔርም ይህ መልካም እንደ ሆነ አየ። ዘፍጥረት 1:21

24

– ምዕራፍ አንድ –

እግዚአብሔር በሰማይ የሚበሩትን ወፎች ፈጠረ፡፡
ትንሽም ሆነ ትልቅ እርሱ ሁሉንም ፈጠራቸው፡፡

…እግዚአብሔር …ክንፍ ያላቸውን ወፎች ሁሉ እንደየወገናቸው ፈጠረ፤
እግዚአብሔርም ይህ መልካም እንደሆነ አየ፡፡ ዘፍጥረት 1:21

– ምዕራፍ አንድ –

እግዚአብሔር በሰማይ የሚበሩትን ወፎች ፈጠረ፡፡
ትንሽም ሆነ ትልቅ እርሱ ሁሉንም ፈጠራቸው፡፡

…እግዚአብሔር …ክንፍ ያላቸውን ወፎች ሁሉ እንደየወገናቸው ፈጠረ፤
እግዚአብሔርም ይህ መልካም እንደሆነ አየ፡፡ ዘፍጥረት 1:21

26

እግዚአብሔር በምድር ላይ የሚርመሰመሱትንና በደረታቸው የሚሳቡትን፣በእግራቸው የሚንቀሳቀሱትንና የሚዘልሉትን እንስሳት ፈጠረ።

ትንሽ ወይም ትልቅ፣ፈጣን ወይም ቀርፋፋ ሁሉንም እግዚአብሔር እንደፈጠራቸው መጽሐፍ ቅዱስ ይነግረናል።

እግዚአብሔር የዱር እንስሳትን… ከብቶችን… እንዲሁም በምድር ላይ የሚሳቡ ፍጡራንን እንደየወገናቸው አደረገ። ዘፍጥረት 1፡25

– ምዕራፍ አንድ –

እግዚአብሔር በምድር ላይ የሚርመሰመሱትንና በደረታቸው የሚሳቡትን፣በእግራቸው የሚንቀሳቀሱትንና የሚዘልሉትን እንስሳት ፈጠረ።

ትንሽ ወይም ትልቅ፣ፈጣን ወይም ቀርፋፋ ሁሉንም እግዚአብሔር እንደፈጠራቸው መጽሐፍ ቅዱስ ይነግረናል።

እግዚአብሔር የዱር እንስሳትን… ከብቶችን… እንዲሁም በምድር ላይ የሚሳቡ ፍጡራንን እንደየወገናቸው አደረገ። ዘፍጥረት 1፡25

28

በመጨረሻም እግዚአብሔር ሰውን ፈጠረ፤ወንድና ሴት አድርጎ ፈጠራቸው። ስማቸውም አዳምና ሔዋን ይባል ነበር። እግዚአብሔር ይወዳቸውና ያስብላቸው ነበር።ሁሉም ዓይነት ዛፎች፣ አበቦችና ለማዳ እንስሳት ያሉበት በጣም ውብ የሆነ የአትክልት ስፍራ እንዲደሰቱበት ፈጠረላቸው።

እግዚአብሔር አዳምና ሔዋንን እየመጣ ይጎበኛቸው ነበር።በአትክልቱ ሥፍራ አብረው ይሄዱ ነበር።በጣም የሚቀራረቡ ጓደኞሞች ነበሩ።ይህንን አስባችሁት ታውቃላችሁ? ከፈጣሪ ጋር አብሮ እየተራመዱ መነጋገር።

ስለምን የተነጋገሩ ይመስላችኋል?

እግዚአብሔር አምላክ ከምድር ዐፈር ወስዶ ሰውን አበጀው፤ በአፍንጫውም የሕይወት እስትንፋስ እፍ አለበት፤ ሰውም ሕያው ነፍስ ሆነ። ዘፍጥረት 2፡7

– ምዕራፍ አንድ –

በመጨረሻም እግዚአብሔር ሰውን ፈጠረ፤ወንድና ሴት አድርጎ ፈጠራቸው። ስማቸውም አዳምና ሔዋን ይባል ነበር። እግዚአብሔር ይወዳቸውና ያስብላቸው ነበር።ሁሉም ዓይነት ዛፎች፣ አበቦችና ለማዳ እንስሳት ያሉበት በጣም ውብ የሆነ የአትክልት ስፍራ እንዲደሰቱበት ፈጠረላቸው።

እግዚአብሔር አዳምና ሔዋንን እየመጣ ይጎበኛቸው ነበር።በአትክልቱ ሥፍራ አብረው ይሄዱ ነበር።በጣም የሚቀራረቡ ጓደኞሞች ነበሩ።ይህንን አስባችሁት ታውቃላችሁ? ከፈጣሪ ጋር አብሮ እየተራመዱ መነጋገር።

ስለምን የተነጋገሩ ይመስላችኋል?

እግዚአብሔር አምላክ ከምድር ዐፈር ወስዶ ሰውን አበጀው፤ በአፍንጫውም የሕይወት እስትንፋስ እፍ አለበት፤ ሰውም ሕያው ነፍስ ሆነ። ዘፍጥረት 2፡7

30

ጥያቄዎች ከምዕራፍ አንድ

1. መጽሐፍ ቅዱስ በጣም ጠቃሚ የሆነ ለእኛ የተላከ ደብዳቤ ነው። ከማን ነው የተላከው?
2. መጽሐፍ ቅዱስ እግዚአብሔር እንዳልተወለደ ይናገራል። እግዚአብሔር ይሞታል?
3. በመጀመሪያ ከእግዚአብሔር ጋር የሚኖር ሌላ ፍጥረት ነበር?
4. መላእክትን ማን ፈጠራቸው?
5. ፈጠረ የሚለው ቃል ምን ማለት ነው?
6. እግዚአብሔርን ልታዩት አትችሉም፤ መላእክትንም ማየት አትችሉም፤አጥንትና ሥጋም የላቸውም። ምን ተብለው ይጠራሉ?
7. መላእክት የተሰጣቸው ልዩ ኀላፊነት ምንድነው?
8. አንዳንድ ነገሮችን ለመሥራት መዶሻና ምስማር ያስፈልጉናል። እግዚአብሔር ዓለምን የሠራው እንዴት ነው?
9. እግዚአብሔር ሁሉንም በቃሉ በመናገር ፈጠራቸው። ይህ ስለ እግዚአብሔር ምን ይነግረናል?
10. እግዚአብሔር ዓለምን በስንት ቀን ፈጠረ?
11. አዳምንና ሔዋንን ማን ፈጠራቸው?
12. እግዚአብሔር ከቤተሰቦቻችሁና ከጓደኞቻችሁ ጋር በአንድ ጊዜ መገኘት ከቻለ ይህ ምን ይገልፅላችኋል?

ጥያቄዎች ከምዕራፍ አንድ

1. መጽሐፍ ቅዱስ በጣም ጠቃሚ የሆነ ለእኛ የተላከ ደብዳቤ ነው። ከማን ነው የተላከው?
2. መጽሐፍ ቅዱስ እግዚአብሔር እንዳልተወለደ ይናገራል። እግዚአብሔር ይሞታል?
3. በመጀመሪያ ከእግዚአብሔር ጋር የሚኖር ሌላ ፍጥረት ነበር?
4. መላእክትን ማን ፈጠራቸው?
5. ፈጠረ የሚለው ቃል ምን ማለት ነው?
6. እግዚአብሔርን ልታዩት አትችሉም፤ መላእክትንም ማየት አትችሉም፤አጥንትና ሥጋም የላቸውም። ምን ተብለው ይጠራሉ?
7. መላእክት የተሰጣቸው ልዩ ኀላፊነት ምንድነው?
8. አንዳንድ ነገሮችን ለመሥራት መዶሻና ምስማር ያስፈልጉናል። እግዚአብሔር ዓለምን የሠራው እንዴት ነው?
9. እግዚአብሔር ሁሉንም በቃሉ በመናገር ፈጠራቸው። ይህ ስለ እግዚአብሔር ምን ይነግረናል?
10. እግዚአብሔር ዓለምን በስንት ቀን ፈጠረ?
11. አዳምንና ሔዋንን ማን ፈጠራቸው?
12. እግዚአብሔር ከቤተሰቦቻችሁና ከጓደኞቻችሁ ጋር በአንድ ጊዜ መገኘት ከቻለ ይህ ምን ይገልፅላችኋል?

– ምዕራፍ ሁለት –

እግዚአብሔር ምን ይመስላል?

እግዚአብሔር የሰራውን አስደናቂ ዓለም ስንመለከት ምን ያህል ኀያልና ሁሉን ማድረግ የሚችል መሆኑን እናያለን። የምንኖርባትን አስገራሚ ዓለም ሊሰራ የሚችል እግዚአብሔር ብቻ ነው።

እግዚአብሔር በአንድ ጊዜ በሁሉ ሥፍራ እንደሚገኝ መጽሐፍ ቅዱስ ይናገራል።

እግዚአብሔር ሁሉን አዋቂና ሁሉንም ነገር መረዳት የሚችል ነው። የምናስበውን እንኳን ሳይቀር ያውቃል።

ጌታችን ታላቅ ነው፤ እጅግ ኀያልም ነው፤ ለጥበቡም ወሰን የለውም። መዝሙር 147፡5

ምድርን በኀይሉ የሠራ፣ ዓለምን በጥበቡ የመሠረተ፣
ሰማያትንም በማስተዋሉ የዘረጋ እርሱ ነው። ኤርምያስ 51፡15

እኔ የቅርብ አምላክ ብቻ ነኝን? ይላል እግዚአብሔር፤ "የሩቅስ አምላክ አይደለሁምን? እኔ እንዳላየው፣ በስውር ቦታ ሊሸሸግ የሚችል አለን?" ይላል እግዚአብሔር። "ሰማይንና ምድርን የሞላሁ እኔ አይደለሁምን" ይላል እግዚአብሔር። ኤርምያስ 23፡ 23-24

– ምዕራፍ ሁለት –

እግዚአብሔር ምን ይመስላል?

እግዚአብሔር የሰራውን አስደናቂ ዓለም ስንመለከት ምን ያህል ኀያልና ሁሉን ማድረግ የሚችል መሆኑን እናያለን። የምንኖርባትን አስገራሚ ዓለም ሊሰራ የሚችል እግዚአብሔር ብቻ ነው።

እግዚአብሔር በአንድ ጊዜ በሁሉ ሥፍራ እንደሚገኝ መጽሐፍ ቅዱስ ይናገራል።

እግዚአብሔር ሁሉን አዋቂና ሁሉንም ነገር መረዳት የሚችል ነው። የምናስበውን እንኳን ሳይቀር ያውቃል።

ጌታችን ታላቅ ነው፤ እጅግ ኀያልም ነው፤ ለጥበቡም ወሰን የለውም። መዝሙር 147፡5

ምድርን በኀይሉ የሠራ፣ ዓለምን በጥበቡ የመሠረተ፣
ሰማያትንም በማስተዋሉ የዘረጋ እርሱ ነው። ኤርምያስ 51፡15

እኔ የቅርብ አምላክ ብቻ ነኝን? ይላል እግዚአብሔር፤ "የሩቅስ አምላክ አይደለሁምን? እኔ እንዳላየው፣ በስውር ቦታ ሊሸሸግ የሚችል አለን?" ይላል እግዚአብሔር። "ሰማይንና ምድርን የሞላሁ እኔ አይደለሁምን" ይላል እግዚአብሔር። ኤርምያስ 23፡ 23-24

34

– ምዕራፍ ሁለት –

እግዚአብሔር ሁሉን ነገር ስለፈጠረ ሁሉም ነገር የእርሱ ነው።

አንድ ሥዕል ስትስሉ የሥዕሉ ባለቤት እናንተ ናችሁ። አንድ ነገር ከእንጨት፤ከወረቀት ወይም ከጨርቅ ስትሰሩ እናንተ ስለ ሰራችሁት የዚያ የስራው ባለቤት እናንተ ናችሁ። በእግዚአብሔር ዘንድም እንደዛው ነው። እግዚአብሔር ሁሉን ነገር ስለፈጠረ ሁሉ ነገር የእርሱ ነው። ስለዚህም ነው እግዚአብሔር ጌታ ተብሎ የሚጠራው። ይህም ማለት እግዚአብሔር በፈጠረው ነገር ላይ ሁሉ ንጉሥ ወይም ባለቤት ነው ማለት ነው።

እግዚአብሔር ስለፈጠረው ባለቤቱ እርሱ ነው።

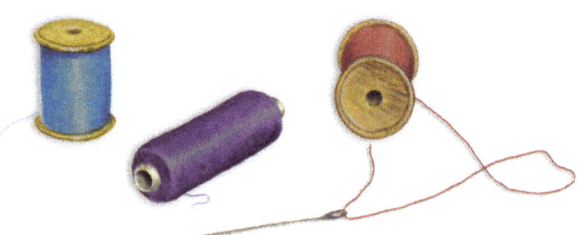

ምድርና በእርሷ ያለው ሁሉ፣ ዓለምና በውስጧ የሚኖረው ሁሉ የእግዚአብሔር ነው፤ መዝሙር 24፡1

እግዚአብሔር አምላክ መሆኑን እወቁ፤ እርሱ ፈጠረን፤ እኛም የእርሱ ነን፤ መዝሙር 100፡3

እግዚአብሔር አምላክ ሰውን ወስዶ እንዲያለማትና እየተንከባከበ እንዲጠብቃት በዔድን የአትክልት ስፍራ አስቀመጠው። ዘፍጥረት 2፡15

– ምዕራፍ ሁለት –

እግዚአብሔር ሁሉን ነገር ስለፈጠረ ሁሉም ነገር የእርሱ ነው።

አንድ ሥዕል ስትስሉ የሥዕሉ ባለቤት እናንተ ናችሁ። አንድ ነገር ከእንጨት፤ከወረቀት ወይም ከጨርቅ ስትሰሩ እናንተ ስለ ሰራችሁት የዚያ የስራው ባለቤት እናንተ ናችሁ። በእግዚአብሔር ዘንድም እንደዛው ነው። እግዚአብሔር ሁሉን ነገር ስለፈጠረ ሁሉ ነገር የእርሱ ነው። ስለዚህም ነው እግዚአብሔር ጌታ ተብሎ የሚጠራው። ይህም ማለት እግዚአብሔር በፈጠረው ነገር ላይ ሁሉ ንጉሥ ወይም ባለቤት ነው ማለት ነው።

እግዚአብሔር ስለፈጠረው ባለቤቱ እርሱ ነው።

ምድርና በእርሷ ያለው ሁሉ፣ ዓለምና በውስጧ የሚኖረው ሁሉ የእግዚአብሔር ነው፤ መዝሙር 24፡1

እግዚአብሔር አምላክ መሆኑን እወቁ፤ እርሱ ፈጠረን፤ እኛም የእርሱ ነን፤ መዝሙር 100፡3

እግዚአብሔር አምላክ ሰውን ወስዶ እንዲያለማትና እየተንከባከበ እንዲጠብቃት በዔድን የአትክልት ስፍራ አስቀመጠው። ዘፍጥረት 2፡15

Bird house

Bird house

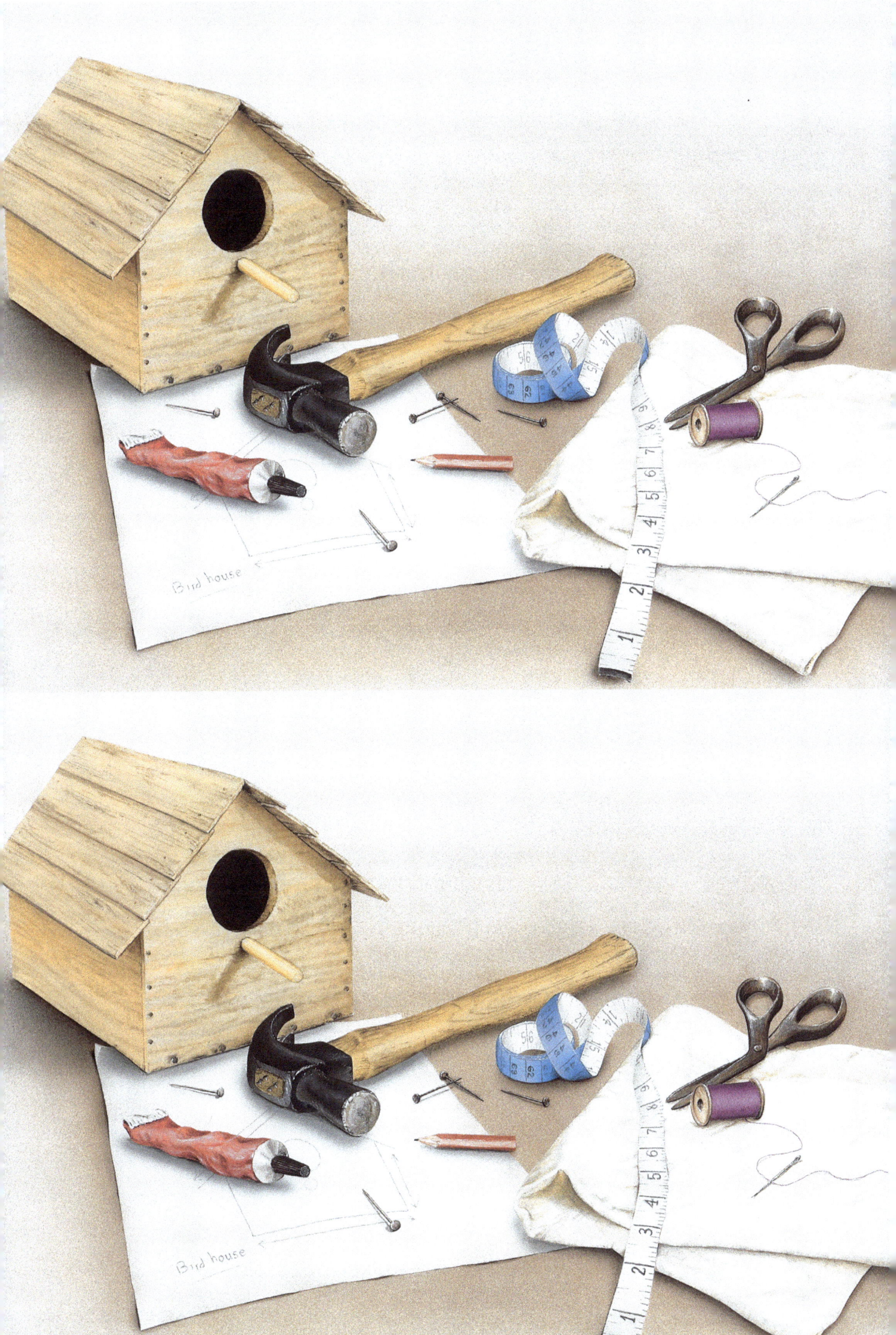

– ምዕራፍ ሁለት –

እግዚአብሔር መልካምና በጣም ደግ መሆኑን መጽሐፍ ቅዱስ ይነግረናል፡፡

እስቲ እግዚአብሔር የፈጠራቸውን ውብ ነገሮች ተመልከቱ፡፡ እግዚአብሔር ሁሉንም አበቦች ነጭና ጥቁር አድርጎ መፍጠር ይችል ነበር ፤ነገር ግን የሚያማምሩ ቀለሞች አደረጋቸው፡፡ እግዚአብሔር የምግቦችን ሁሉ ጣዕም የማይጣፍጥ ማድረግ ይችል ነበር፡፡ ነገር ግን ለመብላት መልካም ስናሸታቸውም ደስ የሚሉ እንዲሆኑ አደረጋቸው፡፡ እርሱ ሁሉንም ዓይነት ፍራፍሬና አበቦችን ፈጠረ፤ ትላትሎችን እና ቢራቢሮዎችን፤ ቀለማትንና ድምጾችን እንድንደሰትበት ፈጠራቸው፡፡

እግዚአብሔር ይህንን ሁሉ ያደረገው ለእኛ ስለሚያስብ ነው፡፡

እግዚአብሔር ይወደናል፡፡

…ሁሉን ነገር የፈጠርሁ፣ ብቻዬን ሰማያትን የዘረጋሁ፣… ኢሳይያስ 44፡24

…ደስም እንዲለን ሁሉን ነገር አትረፍርፎ በሚሰጠን በእግዚአብሔር እንጂ… 1 ጢሞቴዎስ 6፡17

– ምዕራፍ ሁለት –

እግዚአብሔር መልካምና በጣም ደግ መሆኑን መጽሐፍ ቅዱስ ይነግረናል፡፡

እስቲ እግዚአብሔር የፈጠራቸውን ውብ ነገሮች ተመልከቱ፡፡ እግዚአብሔር ሁሉንም አበቦች ነጭና ጥቁር አድርጎ መፍጠር ይችል ነበር ፤ነገር ግን የሚያማምሩ ቀለሞች አደረጋቸው፡፡ እግዚአብሔር የምግቦችን ሁሉ ጣዕም የማይጣፍጥ ማድረግ ይችል ነበር፡፡ ነገር ግን ለመብላት መልካም ስናሸታቸውም ደስ የሚሉ እንዲሆኑ አደረጋቸው፡፡ እርሱ ሁሉንም ዓይነት ፍራፍሬና አበቦችን ፈጠረ፤ ትላትሎችን እና ቢራቢሮዎችን፤ ቀለማትንና ድምጾችን እንድንደሰትበት ፈጠራቸው፡፡

እግዚአብሔር ይህንን ሁሉ ያደረገው ለእኛ ስለሚያስብ ነው፡፡

እግዚአብሔር ይወደናል፡፡

…ሁሉን ነገር የፈጠርሁ፣ ብቻዬን ሰማያትን የዘረጋሁ፣… ኢሳይያስ 44፡24

…ደስም እንዲለን ሁሉን ነገር አትረፍርፎ በሚሰጠን በእግዚአብሔር እንጂ… 1 ጢሞቴዎስ 6፡17

– ምዕራፍ ሁለት –

እግዚአብሔር ሁሉን ነገር በትክክለኛው መንገድ መሥራት እንደሚወድ መጽሐፍ ቅዱስ ይነግረናል።

አንድ ቀን፡- ፀሐይ እኩለ ቀን ላይ ብትወጣና ለሦስት ቀን ደግሞ ሳትወጣ ብትቀር አደናጋሪ አይሆንምን? እስቲ ለምን ያህል ጊዜ አልጋ ላይ መቆየት እንዳለባችሁ አስቡ! እግዚአብሔር ደንብን የሰራው ለዚህ ነው። ለፀሐይ ደንብን ሰራ፤ ይህም በጠዋት ወጥታ በማታ እንድትገባ ነው። ይህንንም በየቀኑ ሳትለውጥ እንድታደርግ ነው።

ሁሉም ነገር ተገጣጥሞና ዓለም በትክክለኛው መንገድ እንዲሰራ እግዚአብሔር ደንብን ወይም ሕግን ፈጠረ።

ጨረቃን የወቅቶች መለያ አደረግሃት ፀሐይም የምትጠልቅበትን ጊዜ ታውቃለች። *መዝሙር* 104:19

ቀኑ የአንተ ነው፤ ሌሊቱም የአንተ ነው፤ ጨረቃንና ፀሓይን አንተ አጸናሃቸው።
የምድርን ዳርቻ ሁሉ የወሰንህ አንተ ነህ፤… *መዝሙር* 74:16-17

– ምዕራፍ ሁለት –

እግዚአብሔር ሁሉን ነገር በትክክለኛው መንገድ መሥራት እንደሚወድ መጽሐፍ ቅዱስ ይነግረናል።

አንድ ቀን፡- ፀሐይ እኩለ ቀን ላይ ብትወጣና ለሦስት ቀን ደግሞ ሳትወጣ ብትቀር አደናጋሪ አይሆንምን? እስቲ ለምን ያህል ጊዜ አልጋ ላይ መቆየት እንዳለባችሁ አስቡ! እግዚአብሔር ደንብን የሰራው ለዚህ ነው። ለፀሐይ ደንብን ሰራ፤ ይህም በጠዋት ወጥታ በማታ እንድትገባ ነው። ይህንንም በየቀኑ ሳትለውጥ እንድታደርግ ነው።

ሁሉም ነገር ተገጣጥሞና ዓለም በትክክለኛው መንገድ እንዲሰራ እግዚአብሔር ደንብን ወይም ሕግን ፈጠረ።

ጨረቃን የወቅቶች መለያ አደረግሃት ፀሐይም የምትጠልቅበትን ጊዜ ታውቃለች። *መዝሙር* 104:19

ቀኑ የአንተ ነው፤ ሌሊቱም የአንተ ነው፤ ጨረቃንና ፀሓይን አንተ አጸናሃቸው።
የምድርን ዳርቻ ሁሉ የወሰንህ አንተ ነህ፤… *መዝሙር* 74:16-17

40

ሰዎች ደስ ብሎን እንድንኖር እግዚአብሔር ደንብን አስቀመጠልን።

አንዳንድ ጊዜ ደንብን አንወድም። ነገር ግን እስቲ ቆም ብላችሁ ደንብ ባይኖር ኖሮ ዓለም እንዴት ትሆን እንደነበር አስቡ።የትራፊክ መብራት ባይኖር፣ቁም የሚል የማስጠንቀቂያ ምልክትና የመኪና ፍጥነት ገደብ ባይኖር ኖሮ፣የመኪና መንገድ ለማቋረጥ አመቺ ጊዜ መቼ እንደሆነ ለማወቅ አትችሉም ነበር። ሁሉም ሰው ግራ ይጋባና ይረበሽ ነበር። ያለ ደንብ ወይም ሕግ ኑሮ አስቸጋሪና አደገኛ ይሆን ነበር።

ለእኛ መልካም የሚሆነውን ስለሚያውቅ እግዚአብሔር ደንብን አስቀመጠ። እሱ ነገሮች በአግባቡ ሲሰሩ እንደምንደሰት ያውቃል።

እግዚአብሔር ለእኛ ያስባል።

እርሱ ከሁሉ በፊት ነው፤ ሁሉም ነገር በአንድ ላይ ተያይዞ የጸናው በእርሱ ነው።
ቈላስይስ 1፡17

ሰዎች ደስ ብሎን እንድንኖር እግዚአብሔር ደንብን አስቀመጠልን።

አንዳንድ ጊዜ ደንብን አንወድም። ነገር ግን እስቲ ቆም ብላችሁ ደንብ ባይኖር ኖሮ ዓለም እንዴት ትሆን እንደነበር አስቡ።የትራፊክ መብራት ባይኖር፣ቁም የሚል የማስጠንቀቂያ ምልክትና የመኪና ፍጥነት ገደብ ባይኖር ኖሮ፣የመኪና መንገድ ለማቋረጥ አመቺ ጊዜ መቼ እንደሆነ ለማወቅ አትችሉም ነበር። ሁሉም ሰው ግራ ይጋባና ይረበሽ ነበር። ያለ ደንብ ወይም ሕግ ኑሮ አስቸጋሪና አደገኛ ይሆን ነበር።

ለእኛ መልካም የሚሆነውን ስለሚያውቅ እግዚአብሔር ደንብን አስቀመጠ። እሱ ነገሮች በአግባቡ ሲሰሩ እንደምንደሰት ያውቃል።

እግዚአብሔር ለእኛ ያስባል።

እርሱ ከሁሉ በፊት ነው፤ ሁሉም ነገር በአንድ ላይ ተያይዞ የጸናው በእርሱ ነው።
ቈላስይስ 1፡17

41

– ምዕራፍ ሁለት –

እግዚአብሔር የፈጠረው ማንኛውም ነገር ሁሉ እንከን የለሽ ነው። አንድ ነገር እንከን የለሽ ነው ስንል ምንም መጥፎ የሆነ ወይም ትክክል ያልሆነ ነገር የለውም ማለት ነው። በሁሉም አቅጣጫ ጥሩ የሆነ ነው።እግዚአብሔር እንከን የለሽን ዓለም የፈጠረው እርሱ ራሱ እንከን የለሽ ስለሆነ ነው። እርሱ ፍጹም ነው።

እግዚአብሔር በፍጹም አይሳሳትም።

እግዚአብሔርም ያደረገውን ሁሉ አየ፤ እነሆም፤ እጅግ መልካም ነበረ። ዘፍጥረት 1፡31

እግዚአብሔር ታላቅ ነው፤ እጅግ ሊመሰገንም ይገባዋል፤ ታላቅነቱም አይመረመርም። መዝሙር 145፡3

– ምዕራፍ ሁለት –

እግዚአብሔር የፈጠረው ማንኛውም ነገር ሁሉ እንከን የለሽ ነው። አንድ ነገር እንከን የለሽ ነው ስንል ምንም መጥፎ የሆነ ወይም ትክክል ያልሆነ ነገር የለውም ማለት ነው። በሁሉም አቅጣጫ ጥሩ የሆነ ነው።እግዚአብሔር እንከን የለሽን ዓለም የፈጠረው እርሱ ራሱ እንከን የለሽ ስለሆነ ነው። እርሱ ፍጹም ነው።

እግዚአብሔር በፍጹም አይሳሳትም።

እግዚአብሔርም ያደረገውን ሁሉ አየ፤ እነሆም፤ እጅግ መልካም ነበረ። ዘፍጥረት 1፡31

እግዚአብሔር ታላቅ ነው፤ እጅግ ሊመሰገንም ይገባዋል፤ ታላቅነቱም አይመረመርም። መዝሙር 145፡3

የእግዚአብሔር ቤት እንከን የለሽ ነው። እርሱም ሰማይ ተብሎ ይጠራል። ሰማይ በጣም ውብ እንደሆነ መጽሐፍ ቅዱስ ይነግረናል። ልክ ዛፎችና ወንዝ እንዳሉት ትልቅ የመናፈሻ ቦታ ነው። በመናፈሻው መካከል አስደናቂ፣ንፁህ፣ሰላማዊ፤ የተሰበረና የተበላሸ ነገር የሌለባት ከተማ ትገኛለች። ይህች ከተማ በጣም አስደናቂ ከመሆኗ የተነሳ መንገዶቿ እንኳን የተሰሩት ከወርቅ ነው።

በሰማይ ሕመም፤ ሐዘን ወይም ሞት የለም። በዚያ አረም፣ እሾኽ ወይም አሜከላ የለም። መጥፎና ክፉ ሰዎች በዚያ አይኖሩም። እያንዳንዳቸው ሁልጊዜ በጣም ደስተኛ ናቸው። ሰማይ በመልካም ሙዚቃ የተሞላ ነው። አራዊቱ ሁሉ ለማዳና ሰው ወዳድ ናቸው። በሰማይ መተኛት አያስፈልግም። ጨለማ ወይም ማታ የለም፤ ሁልጊዜ ቀን ነው።

ሰማይ እንከን የለሽ ቦታ ነው፤ እንከን የለሽ የሆኑ ሰዎችና መላዕክት ፍጹም ከሆነው እግዚአብሔር ጋር የሚኖሩበት ቦታ ነው። በጣም ግሩም ከመሆኑ የተነሳ ለመግለጽ ያስቸግራል።

እስቲ አስቡት ሰማይን በጨረፍታ ማየት ብትችሉ በእዚያ መኖር ምን የሚመስል ይመስላችኋል?

እንባን ሁሉ ከዐይናቸው ያብሳል፤ ከእንግዲህ ወዲህ ሞት ወይም ሐዘን ወይም ልቅሶ ወይም ሥቃይ አይኖርም፤… ራእይ 21:4

"ዐይን ያላየውን፣ ጆሮ ያልሰማውን፣ የሰውም ልብ ያላሰበውን፣ እግዚአብሔር …አዘጋጅቶአል" 1 ቆሮንቶስ 2:9

– ምዕራፍ ሁለት –

የእግዚአብሔር ቤት እንከን የለሽ ነው። እርሱም ሰማይ ተብሎ ይጠራል። ሰማይ በጣም ውብ እንደሆነ መጽሐፍ ቅዱስ ይነግረናል። ልክ ዛፎችና ወንዝ እንዳሉት ትልቅ የመናፈሻ ቦታ ነው። በመናፈሻው መካከል አስደናቂ፣ንፁህ፣ሰላማዊ፤ የተሰበረና የተበላሸ ነገር የሌለባት ከተማ ትገኛለች። ይህች ከተማ በጣም አስደናቂ ከመሆኗ የተነሳ መንገዶቿ እንኳን የተሰሩት ከወርቅ ነው።

በሰማይ ሕመም፤ ሐዘን ወይም ሞት የለም። በዚያ አረም፣ እሾኽ ወይም አሜከላ የለም። መጥፎና ክፉ ሰዎች በዚያ አይኖሩም። እያንዳንዳቸው ሁልጊዜ በጣም ደስተኛ ናቸው። ሰማይ በመልካም ሙዚቃ የተሞላ ነው። አራዊቱ ሁሉ ለማዳና ሰው ወዳድ ናቸው። በሰማይ መተኛት አያስፈልግም። ጨለማ ወይም ማታ የለም፤ ሁልጊዜ ቀን ነው።

ሰማይ እንከን የለሽ ቦታ ነው፤ እንከን የለሽ የሆኑ ሰዎችና መላዕክት ፍጹም ከሆነው እግዚአብሔር ጋር የሚኖሩበት ቦታ ነው። በጣም ግሩም ከመሆኑ የተነሳ ለመግለጽ ያስቸግራል።

እስቲ አስቡት ሰማይን በጨረፍታ ማየት ብትችሉ በእዚያ መኖር ምን የሚመስል ይመስላችኋል?

እንባን ሁሉ ከዐይናቸው ያብሳል፤ ከእንግዲህ ወዲህ ሞት ወይም ሐዘን ወይም ልቅሶ ወይም ሥቃይ አይኖርም፤… ራእይ 21:4

"ዐይን ያላየውን፣ ጆሮ ያልሰማውን፣ የሰውም ልብ ያላሰበውን፣ እግዚአብሔር …አዘጋጅቶአል" 1 ቆሮንቶስ 2:9

44

ጥያቄዎች ከምዕራፍ ሁለት

1. ዓለምና በውስጧ ያሉትን ስትመለከቱ እግዚአብሔር ምን ያህል ኀያል እንደሆነ ታያላችሁ፤ የእግዚአብሔር አዋቂነት ምን ያህል ነው?
2. ዓለም የማን ናት?
3. ዓለም የእግዚአብሔር የሆነችው እንዴት ነው?
4. እግዚአብሔር ዓለምን አስቀያሚ አድርጎ መፍጠር ይችል ነበር፤ ነገር ግን ውብ አድርጎ ፈጠራት። እግዚአብሔር ዓለምን ለምን ውብ አድርጎ ፈጠራት?
5. እግዚአብሔር ደንብን ያስቀመጠው ዓለም በትክክለኛው መንገድ እንዲሰራ ነው። ደንብ ባይኖር ኖሮ ዓለም ምን አይነት ትሆን ነበር?

ጥያቄዎች ከምዕራፍ ሁለት

1. ዓለምና በውስጧ ያሉትን ስትመለከቱ እግዚአብሔር ምን ያህል ኀያል እንደሆነ ታያላችሁ፤ የእግዚአብሔር አዋቂነት ምን ያህል ነው?
2. ዓለም የማን ናት?
3. ዓለም የእግዚአብሔር የሆነችው እንዴት ነው?
4. እግዚአብሔር ዓለምን አስቀያሚ አድርጎ መፍጠር ይችል ነበር፤ ነገር ግን ውብ አድርጎ ፈጠራት። እግዚአብሔር ዓለምን ለምን ውብ አድርጎ ፈጠራት?
5. እግዚአብሔር ደንብን ያስቀመጠው ዓለም በትክክለኛው መንገድ እንዲሰራ ነው። ደንብ ባይኖር ኖሮ ዓለም ምን አይነት ትሆን ነበር?

6. ምንም አይነት ስህተት የሌለበት እና በሁሉም ነገር ጥሩ የሆነን ነገር ምን ብለን እንጠራዋለን?

7. እግዚአብሔር እንከን የለሽ የሆነ ዓለም መፍጠር ለምን ቻለ?

8. እግዚአብሔር እንከን የለሽ በሆነ ቦታ ላይ ይኖራል፡፡ የቦታው ስም ማን ይባላል?

9. መጽሐፍ ቅዱስ ስለ ሰማይ የሚነግረንን ሦስት ነገሮች ጥቀሱ?

6. ምንም አይነት ስህተት የሌለበት እና በሁሉም ነገር ጥሩ የሆነን ነገር ምን ብለን እንጠራዋለን?

7. እግዚአብሔር እንከን የለሽ የሆነ ዓለም መፍጠር ለምን ቻለ?

8. እግዚአብሔር እንከን የለሽ በሆነ ቦታ ላይ ይኖራል፡፡ የቦታው ስም ማን ይባላል?

9. መጽሐፍ ቅዱስ ስለ ሰማይ የሚነግረንን ሦስት ነገሮች ጥቀሱ?

መጥፎ መላእክት

መጽሐፍ ቅዱስ እግዚአብሔር ኀያል መሆኑን ይነግረናል። እርሱ ሁሉን አዋቂ ነው። በመናገር ብቻ ዓለምንና በውስጡ የሚገኙትን ነገሮች ሁሉ ፈጠረ፤ እግዚአብሔር ሁሉን እንከን የለሽ አደረገው።

እግዚአብሔር ሁሉ ነገር በትክክለኛው መንገድ እንዲሄድ ደንብን አስቀመጠ። ፀሐይ መቼ መውጣትና መቼ መግባት እንዳለባት ታውቃለች። መላእክትና ሰዎች እንኳን እንዴት መኖር እንዳለባቸውና ምን ማድረግ እንዳለባቸው እንዲያውቁ ደንብ ተሰጥቶአቸዋል። እግዚአብሔር ሁሉም ደስተኛ እንዲሆን ደንብን ሰጠ።

እግዚአብሔር ፍፁም ስለሆነ፡- ሁሉ ነገር ንጹህ፣ ጉደለት የሌለበትና ሠላም እንዲሆን ይፈልጋል። ሰማይ እንከን የለሽ የሆነ ቦታ የሆነው እግዚአብሔር በዚያ ስለሚኖር ነው። እግዚአብሔር ሁሉ ነገር እንዲህ እንዲሆን ነው የሚፈልገው።

እግዚአብሔርም ያደረገውን ሁሉ አየ፤ እነሆም፤ እጅግ መልካም ነበረ። መሸ፤ ነጋም፤ ስድስተኛ ቀን።
ዘፍጥረት 1:31

— ምዕራፍ ሦስት —

መጥፎ መላእክት

መጽሐፍ ቅዱስ እግዚአብሔር ኀያል መሆኑን ይነግረናል። እርሱ ሁሉን አዋቂ ነው። በመናገር ብቻ ዓለምንና በውስጡ የሚገኙትን ነገሮች ሁሉ ፈጠረ፤ እግዚአብሔር ሁሉን እንከን የለሽ አደረገው።

እግዚአብሔር ሁሉ ነገር በትክክለኛው መንገድ እንዲሄድ ደንብን አስቀመጠ። ፀሐይ መቼ መውጣትና መቼ መግባት እንዳለባት ታውቃለች። መላእክትና ሰዎች እንኳን እንዴት መኖር እንዳለባቸውና ምን ማድረግ እንዳለባቸው እንዲያውቁ ደንብ ተሰጥቶአቸዋል። እግዚአብሔር ሁሉም ደስተኛ እንዲሆን ደንብን ሰጠ።

እግዚአብሔር ፍፁም ስለሆነ፡- ሁሉ ነገር ንጹህ፣ ጉደለት የሌለበትና ሠላም እንዲሆን ይፈልጋል። ሰማይ እንከን የለሽ የሆነ ቦታ የሆነው እግዚአብሔር በዚያ ስለሚኖር ነው። እግዚአብሔር ሁሉ ነገር እንዲህ እንዲሆን ነው የሚፈልገው።

እግዚአብሔርም ያደረገውን ሁሉ አየ፤ እነሆም፤ እጅግ መልካም ነበረ። መሸ፤ ነጋም፤ ስድስተኛ ቀን።
ዘፍጥረት 1:31

48

እግዚአብሔር ፍፁም የሆነውን ምድር ፈጥሮ ከጨረሰ በኋላ አንድ መጥፎ ነገር ተከሰተ።

የእግዚአብሔር ዋና መልአክ ደስተኛ አልሆነም። የዚህ መልአክ ስም ሳጥናኤል ይባላል። እግዚአብሔር እርሱን የተለየ ሥራ እንዲሰራ ፈጠረው። ሳጥናኤል ግን ከዚህ የተሻለ መሆን እንደሚችል አሰበ።

ሳጥናኤል መልአክ መሆን እንደማይፈልግ አሰበ። የእግዚአብሔርን ደንብ አልተከተለም። የእርሱ የሆነ ደንብ ፈጠረ፤ እርሱ ሃላፊ ይሆናል፤ እርሱ አለቃ ይሆናል። እግዚአብሔር መሆን አለብኝ ብሎ ወሰነ!

ብዙ መላእክት ከርሱ ጋር ሆነው በጌታ ላይ እንዲያምፁ አነሳሳ። ሳጥናኤልና አመጸኞቹ መላእክት እግዚአብሔርን ስለሚጠሉት ሁሉንም ነገር ማበላሸት ፈለጉ።

ሰማይን የሀዘን ቦታ አደረጉት።

አንተ የንጋት ልጅ፣ አጥቢያ ኮከብ ሆይ፤ …በልብህም እንዲህ አልህ፤ “ወደ ሰማይ ዐርጋለሁ፤ ዙፋኔንም ከእግዚአብሔር ከዋክብት በላይ ከፍ አደርጋለሁ፤ በተራራው መሰብሰቢያ፣ በተቀደሰውም ተራራ ከፍታ ላይ በዙፋኔ እቀመጣለሁ፤ ከደመናዎችም ከፍታ በላይ ዐርጋለሁ፤ ራሴንም እንደ ልዑል አደርጋለሁ።”
ኢሳይያስ 14፡12-14

— ምዕራፍ ሦስት —

እግዚአብሔር ፍፁም የሆነውን ምድር ፈጥሮ ከጨረሰ በኋላ አንድ መጥፎ ነገር ተከሰተ።

የእግዚአብሔር ዋና መልአክ ደስተኛ አልሆነም። የዚህ መልአክ ስም ሳጥናኤል ይባላል። እግዚአብሔር እርሱን የተለየ ሥራ እንዲሰራ ፈጠረው። ሳጥናኤል ግን ከዚህ የተሻለ መሆን እንደሚችል አሰበ።

ሳጥናኤል መልአክ መሆን እንደማይፈልግ አሰበ። የእግዚአብሔርን ደንብ አልተከተለም። የእርሱ የሆነ ደንብ ፈጠረ፤ እርሱ ሃላፊ ይሆናል፤ እርሱ አለቃ ይሆናል። እግዚአብሔር መሆን አለብኝ ብሎ ወሰነ!

ብዙ መላእክት ከርሱ ጋር ሆነው በጌታ ላይ እንዲያምፁ አነሳሳ። ሳጥናኤልና አመጸኞቹ መላእክት እግዚአብሔርን ስለሚጠሉት ሁሉንም ነገር ማበላሸት ፈለጉ።

ሰማይን የሀዘን ቦታ አደረጉት።

አንተ የንጋት ልጅ፣ አጥቢያ ኮከብ ሆይ፤ …በልብህም እንዲህ አልህ፤ “ወደ ሰማይ ዐርጋለሁ፤ ዙፋኔንም ከእግዚአብሔር ከዋክብት በላይ ከፍ አደርጋለሁ፤ በተራራው መሰብሰቢያ፣ በተቀደሰውም ተራራ ከፍታ ላይ በዙፋኔ እቀመጣለሁ፤ ከደመናዎችም ከፍታ በላይ ዐርጋለሁ፤ ራሴንም እንደ ልዑል አደርጋለሁ።”
ኢሳይያስ 14፡12-14

50

መጽሐፍ ቅዱስ ሳጥናኤል እግዚአብሔርን ላለመታዘዝና መጥፎ መልአክ ለመሆን ያደረገውን ምርጫ ለመግለጽ የሚጠቀምበት የተለየ ቃል አለው። እርሱም ኀጢአት ይባላል።

ኀጢአት መሥራት ማለት የእግዚአብሔርን ፍፁም መንገድ ለመከተል አለመፈለግ ማለት ነው።

መጥፎ ሃሳቦችና መጥፎ ሥራዎችን መስራት ከጌታ ይልቅ የተሻለ አውቃለሁ ብሎ ለእርሱ እንደመንገር ይቆጠራል፤ከእግዚአብሔር የተሻልኩ ብልህ ነኝ ማለት ነው። ያ ኀጢአት ነው።

ኀጢአት ሁልጊዜ ነገሮችን ያበላሻል።

በውበትህ ምክንያት፣ ልብህ ታበየ፤ ከክብርህ ታላቅነት የተነሣም፣ ጥበብህን አረከስህ። ሕዝቅኤል 28፡17

እግዚአብሔር የሚጠላቸው ስድስት ነገሮች አሉ፤ የሚጸየፋቸውም ሰባት ናቸው፤ እነርሱም፡- ትዕቢተኛ ዐይን፣... ምሳሌ 6፡16-17

— ምዕራፍ ሦስት —

መጽሐፍ ቅዱስ ሳጥናኤል እግዚአብሔርን ላለመታዘዝና መጥፎ መልአክ ለመሆን ያደረገውን ምርጫ ለመግለጽ የሚጠቀምበት የተለየ ቃል አለው። እርሱም ኀጢአት ይባላል።

ኀጢአት መሥራት ማለት የእግዚአብሔርን ፍፁም መንገድ ለመከተል አለመፈለግ ማለት ነው።

መጥፎ ሃሳቦችና መጥፎ ሥራዎችን መስራት ከጌታ ይልቅ የተሻለ አውቃለሁ ብሎ ለእርሱ እንደመንገር ይቆጠራል፤ከእግዚአብሔር የተሻልኩ ብልህ ነኝ ማለት ነው። ያ ኀጢአት ነው።

ኀጢአት ሁልጊዜ ነገሮችን ያበላሻል።

በውበትህ ምክንያት፣ ልብህ ታበየ፤ ከክብርህ ታላቅነት የተነሣም፣ ጥበብህን አረከስህ። ሕዝቅኤል 28፡17

እግዚአብሔር የሚጠላቸው ስድስት ነገሮች አሉ፤ የሚጸየፋቸውም ሰባት ናቸው፤ እነርሱም፡- ትዕቢተኛ ዐይን፣... ምሳሌ 6፡16-17

52

አንድ ሰው ጥፋት አጥፍቶ መታለፍ የለበትም። እንደሚቀጣ ማወቅ አለበት። ሕይወት ሊከተለው የሚገባው መንገድ ያ ነው፤ሚዛናዊነትም እሱ ብቻ ነው።

አንድ ሰው ጨካኝ ሆኖ ሳይቀጣ ከቀረ አግባብ አይደለም። ሰዎች መጥፎዎች ወይም ክፉዎች ሲሆኑ ምንም ሳይሆኑ ሲታለፉ ትክክል አይደለም። እግዚአብሔርም ይህን አይወድም። እርሱ ጥፋቶችን ሁሉ በሚመጥናቸው ቅጣት ይቀጣል። ቅጣቱም ከልኩ በታች አይሆንም፤ ከልኩ በላይም አይደለም።

እርሱ ሁልጊዜ ሚዛናዊ ነው።

እርሱ ዐለት፤ ሥራውም ፍጹም ነው፤ መንገዱም ሁሉ ትክክል ነው፤ የማይሳሳት ትክክለኛ አምላክ፤ቀጥተኛና ጻድቅ አምላክም እርሱ ነው። ዘዳግም 32፡4

መልካምም ይሁን ክፉ፣ ስውር የሆነውን ነገር ሁሉ አንድ ሳይቀር፣ ማንኛውንም ሥራ እግዚአብሔር ወደ ፍርድ ያመጣዋልና። መክብብ 12፡14

ጽድቅና ፍትሕ የዙፋንህ መሠረቶች ናቸው፤ መዝሙር 89፡14

አንድ ሰው ጥፋት አጥፍቶ መታለፍ የለበትም። እንደሚቀጣ ማወቅ አለበት። ሕይወት ሊከተለው የሚገባው መንገድ ያ ነው፤ሚዛናዊነትም እሱ ብቻ ነው።

አንድ ሰው ጨካኝ ሆኖ ሳይቀጣ ከቀረ አግባብ አይደለም። ሰዎች መጥፎዎች ወይም ክፉዎች ሲሆኑ ምንም ሳይሆኑ ሲታለፉ ትክክል አይደለም። እግዚአብሔርም ይህን አይወድም። እርሱ ጥፋቶችን ሁሉ በሚመጥናቸው ቅጣት ይቀጣል። ቅጣቱም ከልኩ በታች አይሆንም፤ ከልኩ በላይም አይደለም።

እርሱ ሁልጊዜ ሚዛናዊ ነው።

እርሱ ዐለት፤ ሥራውም ፍጹም ነው፤ መንገዱም ሁሉ ትክክል ነው፤ የማይሳሳት ትክክለኛ አምላክ፤ቀጥተኛና ጻድቅ አምላክም እርሱ ነው። ዘዳግም 32፡4

መልካምም ይሁን ክፉ፣ ስውር የሆነውን ነገር ሁሉ አንድ ሳይቀር፣ ማንኛውንም ሥራ እግዚአብሔር ወደ ፍርድ ያመጣዋልና። መክብብ 12፡14

ጽድቅና ፍትሕ የዙፋንህ መሠረቶች ናቸው፤ መዝሙር 89፡14

እግዚአብሔር ፍፁም ስለሆነ እነዚህ አመፀኛ መላእክት ከእርሱ ጋር እንከን የለሽ በሆነ መኖሪያው ውስጥ ሊኖሩ አይችሉም። ሰማይን አበላሽተውት ነበር። ስለዚህ እግዚአብሔር ተመልሰው እንዳይመጡ አዝዞ አውጥቶ ጣላቸው።[4] እግዚአብሔር የሳጥናኤልንም ስም ሰይጣን ብሎ ቀየረው። ትርጓሜውም ጠላት ማለት ነው።

ሰይጣን የእግዚአብሔር ጠላት ሆነ።

…ስለዚህ ከእግዚአብሔር ተራራ በውርደት አሳደድኩህ፤ ጠባቂ ኪሩብ ሆይ፤ ከእሳት ድንጋዮች መካከል አስወጣሁህ።…ወደ ምድር ወረወርሁህ፤… ሕዝቅኤል 28፡16-17

— ምዕራፍ ሦስት —

እግዚአብሔር ፍፁም ስለሆነ እነዚህ አመፀኛ መላእክት ከእርሱ ጋር እንከን የለሽ በሆነ መኖሪያው ውስጥ ሊኖሩ አይችሉም። ሰማይን አበላሽተውት ነበር። ስለዚህ እግዚአብሔር ተመልሰው እንዳይመጡ አዝዞ አውጥቶ ጣላቸው።[4] እግዚአብሔር የሳጥናኤልንም ስም ሰይጣን ብሎ ቀየረው። ትርጓሜውም ጠላት ማለት ነው።

ሰይጣን የእግዚአብሔር ጠላት ሆነ።

…ስለዚህ ከእግዚአብሔር ተራራ በውርደት አሳደድኩህ፤ ጠባቂ ኪሩብ ሆይ፤ ከእሳት ድንጋዮች መካከል አስወጣሁህ።…ወደ ምድር ወረወርሁህ፤… ሕዝቅኤል 28፡16-17

54

— ምዕራፍ ሦስት —

እግዚአብሔር ለእነዚህ መጥፎ መላእክት መኖሪያ አዘጋጀላቸው፡፡ ይህ የመኖሪያ ቦታ የተፈጠረው ለእነሱ ነው፤ቦታውም ለእነሱ ተገቢ ነው፡፡ እነኝህ መላእክት ክፉ እና መጥፎ ስለሆኑ አዲሱ መኖሪያቸውም ክፉ እና መጥፎ ሆነ፡፡ እነኝህ መላእክት ሐዘንተኞችና ቁጡዎች ስለሆኑ አዲሱ ቤታቸውም የሐዘንና የቁጣ ቦታ ነው፡፡ ይህ አሰቃቂ አዲስ ቤት የእሳት ባህር ተብሎ ይጠራል፡፡

በዚህ አዲስ ቤት ውስጥ የሚኖሩ ለዘላለም መኖሪያቸው በዚያ ነው፡፡ ለሰይጣን እና ለመጥፎዎቹ መላእክት የቅጣት ቦታ ነው፡፡[5]

ያሳታቸው ዲያብሎስም፣…ወደ እሳቱና ወደ ዲኑ ባሕር ተጣለ፤ እነርሱም ቀንና ሌሊት ከዘላለም እስከ ዘላለም ይሠቃያሉ፡፡ ራእይ 20፡10

…ለዲያብሎስና ለመላእክቱ ወደ ተዘጋጀው የዘላለም እሳት… ማቴዎስ 25፡41

— ምዕራፍ ሦስት —

እግዚአብሔር ለእነዚህ መጥፎ መላእክት መኖሪያ አዘጋጀላቸው፡፡ ይህ የመኖሪያ ቦታ የተፈጠረው ለእነሱ ነው፤ቦታውም ለእነሱ ተገቢ ነው፡፡ እነኝህ መላእክት ክፉ እና መጥፎ ስለሆኑ አዲሱ መኖሪያቸውም ክፉ እና መጥፎ ሆነ፡፡ እነኝህ መላእክት ሐዘንተኞችና ቁጡዎች ስለሆኑ አዲሱ ቤታቸውም የሐዘንና የቁጣ ቦታ ነው፡፡ ይህ አሰቃቂ አዲስ ቤት የእሳት ባህር ተብሎ ይጠራል፡፡

በዚህ አዲስ ቤት ውስጥ የሚኖሩ ለዘላለም መኖሪያቸው በዚያ ነው፡፡ ለሰይጣን እና ለመጥፎዎቹ መላእክት የቅጣት ቦታ ነው፡፡[5]

ያሳታቸው ዲያብሎስም፣…ወደ እሳቱና ወደ ዲኑ ባሕር ተጣለ፤ እነርሱም ቀንና ሌሊት ከዘላለም እስከ ዘላለም ይሠቃያሉ፡፡ ራእይ 20፡10

…ለዲያብሎስና ለመላእክቱ ወደ ተዘጋጀው የዘላለም እሳት… ማቴዎስ 25፡41

56

— ምዕራፍ ሦስት —

ብዙ መላእከት ሰይጣንን ተከትለው እግዚአብሔርን አንታዘዝም አሉ፤ ነገር ግን ከእነርሱ በቁጥር እጅግ የሚበዙት እግዚአብሔርን ታዝዘው የእርሱ ልዩ መልእክተኞች ሆኑ፡፡ እነዚህ ጥሩ መላእክት በሰማይ እየኖሩ እግዚአብሔርን ያገለግላሉ፡፡

እግዚአብሔር ምን አይነት ሥራ እንዲሰሩ የሚጠይቃቸው ይመስላችኋል?

መላእክት ሁሉ መዳንን የሚወርሱትን ለማገልገል የሚላኩ አገልጋይ መናፍስት አይደሉምን? *ዕብራውያን* 1:14

— ምዕራፍ ሦስት —

ብዙ መላእከት ሰይጣንን ተከትለው እግዚአብሔርን አንታዘዝም አሉ፤ ነገር ግን ከእነርሱ በቁጥር እጅግ የሚበዙት እግዚአብሔርን ታዝዘው የእርሱ ልዩ መልእክተኞች ሆኑ፡፡ እነዚህ ጥሩ መላእክት በሰማይ እየኖሩ እግዚአብሔርን ያገለግላሉ፡፡

እግዚአብሔር ምን አይነት ሥራ እንዲሰሩ የሚጠይቃቸው ይመስላችኋል?

መላእክት ሁሉ መዳንን የሚወርሱትን ለማገልገል የሚላኩ አገልጋይ መናፍስት አይደሉምን? *ዕብራውያን* 1:14

ጥያቄዎች ከምዕራፍ ሦስት

1. የእግዚአብሔር ዋና መልአክ ስም ማን ይባላል?
2. እግዚአብሔር ለሳጥናኤል ልዩ ሥራ ሰጥቶት ነበርን?
3. ሳጥናኤል እግዚአብሔር በሰጠው ሥራ ደስተኛ ነበር?
4. ሳጥናኤል ምን ፈለገ?
5. መጽሐፍ ቅዱስ ሳጥናኤል እግዚአብሔርን ላለመታዘዝ መምረጡን ለመግለፅ የተጠቀመበት ቃል ምን ይባላል?
6. ሳጥናኤል እግዚአብሔርን መሆን ለምን ፈለገ?
7. መጥፎ ሃሳብና መጥፎ ማድረግ ምን ተብሎ ይጠራል?
8. አንድ ሰው መጥፎ አድርጎ ምንም ሳይደረግ ሲቀር ትክክል ነው?
9. አንድ ሰው መጥፎ አድርጎ ምንም ሳይደረግ ሲቀር ትክክል ያልሆነው ለምንድነው?
10. እግዚአብሔር ሁልጊዜ ቅን ፈራጅ ነው ወይስ አንዳንድ ጊዜ ብቻ?
11. እግዚአብሔር ፍጹም ስለሆነ መጥፎዎቹ መላእክት እንከን በሆነ መኖሪያው ውስጥ መኖር አይችሉም። ታዲያ እነርሱን ምን አደረጋቸው?
12. እግዚአብሔር የሳጥናኤልን ስም ሰይጣን በሚል ቀየረው። ሰይጣን የሚለው ስም ትርጓሜው ምንድነው?
13. እግዚአብሔር ለሰይጣንና ለመላእክቱ የሰራላቸው ቤት ስሙ ምን ይባላል?
14. የሰይጣን አዲሱ የመኖሪያ ስፍራ ለመኖር አስደሳች ቦታ ነውን?
15. ብዙዎች መላእክት እግዚአብሔርን ታዝዘዋል። እነኚህ ጥሩ መላእክት የሚኖሩት የት ነው?

ጥያቄዎች ከምዕራፍ ሦስት

1. የእግዚአብሔር ዋና መልአክ ስም ማን ይባላል?
2. እግዚአብሔር ለሳጥናኤል ልዩ ሥራ ሰጥቶት ነበርን?
3. ሳጥናኤል እግዚአብሔር በሰጠው ሥራ ደስተኛ ነበር?
4. ሳጥናኤል ምን ፈለገ?
5. መጽሐፍ ቅዱስ ሳጥናኤል እግዚአብሔርን ላለመታዘዝ መምረጡን ለመግለፅ የተጠቀመበት ቃል ምን ይባላል?
6. ሳጥናኤል እግዚአብሔርን መሆን ለምን ፈለገ?
7. መጥፎ ሃሳብና መጥፎ ማድረግ ምን ተብሎ ይጠራል?
8. አንድ ሰው መጥፎ አድርጎ ምንም ሳይደረግ ሲቀር ትክክል ነው?
9. አንድ ሰው መጥፎ አድርጎ ምንም ሳይደረግ ሲቀር ትክክል ያልሆነው ለምንድነው?
10. እግዚአብሔር ሁልጊዜ ቅን ፈራጅ ነው ወይስ አንዳንድ ጊዜ ብቻ?
11. እግዚአብሔር ፍጹም ስለሆነ መጥፎዎቹ መላእክት እንከን በሆነ መኖሪያው ውስጥ መኖር አይችሉም። ታዲያ እነርሱን ምን አደረጋቸው?
12. እግዚአብሔር የሳጥናኤልን ስም ሰይጣን በሚል ቀየረው። ሰይጣን የሚለው ስም ትርጓሜው ምንድነው?
13. እግዚአብሔር ለሰይጣንና ለመላእክቱ የሰራላቸው ቤት ስሙ ምን ይባላል?
14. የሰይጣን አዲሱ የመኖሪያ ስፍራ ለመኖር አስደሳች ቦታ ነውን?
15. ብዙዎች መላእክት እግዚአብሔርን ታዝዘዋል። እነኚህ ጥሩ መላእክት የሚኖሩት የት ነው?

የተሳሳተ ምርጫ

እግዚአብሔር በመጀመሪያ ዓለምን ሲፈጥር ልክ እንደ ሰማይ ይመስል ነበር። ለቅሶ፣ጉዳት ወይም ፍርሃት አልነበረም፤ መጥፎና ክፉ የሆኑ ሰዎች አልነበሩም፤ ማንም የሚሰርቅ፣የሚዋሽ፣ ወይም የሚገድል አልነበረም፤ ምንም አይነት ኀጢአት አልነበረም፤ ከሁሉም በላይ የሞተ ነገር አልነበረም።

እግዚአብሔር የፈጠራት ዓለም ለመኖር በጣም ግሩም ቦታ ነበረች። እግዚአብሔር ነገሮች ሁሉ እንዲሆኑ የፈለገው መንገድ ይህ ነበር።

እንከን የለሽ ነበር።

ዐይናችሁን አንሡ፤ ወደ ሰማይ ተመልከቱ፤ እነዚህን ሁሉ የፈጠረ ማን ነው? የከዋክብትን ሰራዊት አንድ በአንድ የሚያወጣቸው፣ በየስማቸው የሚጠራቸው እርሱ ነው። ከኀይሉ ታላቅነትና ከችሎታው ብርታት የተነሣ፣ አንዳቸውም አይጠፉም።...እግዚአብሔር የዘላለም አምላክ፣ የምድር ዳርቻ ፈጣሪ ነው። ኢሳይያስ 40፡26፣28

– ምዕራፍ አራት –

የተሳሳተ ምርጫ

እግዚአብሔር በመጀመሪያ ዓለምን ሲፈጥር ልክ እንደ ሰማይ ይመስል ነበር። ለቅሶ፣ጉዳት ወይም ፍርሃት አልነበረም፤ መጥፎና ክፉ የሆኑ ሰዎች አልነበሩም፤ ማንም የሚሰርቅ፣የሚዋሽ፣ ወይም የሚገድል አልነበረም፤ ምንም አይነት ኀጢአት አልነበረም፤ ከሁሉም በላይ የሞተ ነገር አልነበረም።

እግዚአብሔር የፈጠራት ዓለም ለመኖር በጣም ግሩም ቦታ ነበረች። እግዚአብሔር ነገሮች ሁሉ እንዲሆኑ የፈለገው መንገድ ይህ ነበር።

እንከን የለሽ ነበር።

ዐይናችሁን አንሡ፤ ወደ ሰማይ ተመልከቱ፤ እነዚህን ሁሉ የፈጠረ ማን ነው? የከዋክብትን ሰራዊት አንድ በአንድ የሚያወጣቸው፣ በየስማቸው የሚጠራቸው እርሱ ነው። ከኀይሉ ታላቅነትና ከችሎታው ብርታት የተነሣ፣ አንዳቸውም አይጠፉም።...እግዚአብሔር የዘላለም አምላክ፣ የምድር ዳርቻ ፈጣሪ ነው። ኢሳይያስ 40፡26፣28

62

እግዚአብሔር የፈጠራቸው ሰዎችም እንከን የለሽ ነበሩ። እንከን የለሽ ሰዎች ብቻ ፍፁም ከሆነው እግዚአብሔር ጋር መኖር ይችላሉ።

የመጀመሪያው ሰው አዳም ተብሎ ይጠራል። የሚስቱም ስም ሔዋን ይባላል። ጌታ ስለሚወዳቸው እንዲደሰቱበት ውብ የሆነ የአትክልት ሥፍራ ሰራላቸው። በአራዊትና በወፎች፣ በወንዞችና በምንጮች፣ በአበቦችና በዛፎች የተሞላ ነበር። ብዙዎቹ ዛፎች ጣፋጭ የሆኑ ፍሬዎች ያዘሉ ነበሩ።

እግዚአብሔር አዳምና ሔዋንን ወደ ፈለጉበት ቦታ እንዲዘዋወሩ፣ ከአንድ ነገር በቀር የፈለጉትን ሁሉ እንዲበሉ ፈቀደላቸው።

እግዚአብሔር አምላክ ሰውን ወስዶ እንዲያለማትና እየተንከባከበ እንዲጠብቃት በዔድን የአትክልት ስፍራ አስቀመጠው። ዘፍጥረት 2:15

…በአትክልቱ ቦታ መካከልም የሕይወት ዛፍ ነበረ፤ እንዲሁም መልካምና ክፉን መለየት የሚያስችለው የዕውቀት ዛፍ ነበረ። ዘፍጥረት 2:9

– ምዕራፍ አራት –

እግዚአብሔር የፈጠራቸው ሰዎችም እንከን የለሽ ነበሩ። እንከን የለሽ ሰዎች ብቻ ፍፁም ከሆነው እግዚአብሔር ጋር መኖር ይችላሉ።

የመጀመሪያው ሰው አዳም ተብሎ ይጠራል። የሚስቱም ስም ሔዋን ይባላል። ጌታ ስለሚወዳቸው እንዲደሰቱበት ውብ የሆነ የአትክልት ሥፍራ ሰራላቸው። በአራዊትና በወፎች፣ በወንዞችና በምንጮች፣ በአበቦችና በዛፎች የተሞላ ነበር። ብዙዎቹ ዛፎች ጣፋጭ የሆኑ ፍሬዎች ያዘሉ ነበሩ።

እግዚአብሔር አዳምና ሔዋንን ወደ ፈለጉበት ቦታ እንዲዘዋወሩ፣ ከአንድ ነገር በቀር የፈለጉትን ሁሉ እንዲበሉ ፈቀደላቸው።

እግዚአብሔር አምላክ ሰውን ወስዶ እንዲያለማትና እየተንከባከበ እንዲጠብቃት በዔድን የአትክልት ስፍራ አስቀመጠው። ዘፍጥረት 2:15

…በአትክልቱ ቦታ መካከልም የሕይወት ዛፍ ነበረ፤ እንዲሁም መልካምና ክፉን መለየት የሚያስችለው የዕውቀት ዛፍ ነበረ። ዘፍጥረት 2:9

64

እግዚአብሔር ከአንዱ ልዩ ዛፍ ፍሬ እንዳይበሉ ነገራቸው፡፡ አዳምና ሔዋን ያንን አንድ ትእዛዝ ሳይታዘዙ ቀርተው ከዚያ አንድ ዛፍ ፍሬ ቢበሉ ይሞታሉ፡፡

ከዚያ ዛፍ ፍሬ አለመብላት ለአዳምና ሔዋን ከባድ አልነበረም፡፡ በጣም ብዙ ፍሬ ያላቸው ዛፎች በአትክልቱ ስፍራ ነበሩ፡፡ ነገር ግን እግዚአብሔርን በመታዘዛቸው አዳምና ሔዋን ጌታን እንዳመኑት ያሳያሉ፡፡ ለእነርሱ እጅግ መልካም የሆነውን እንደሚያውቅ አምነውት ነበር፡፡

እግዚአብሔር የፈለገውም ያንን ነበር፤ እርሱ ያላቸውን እንዲያምኑ፡፡ ልክ እግዚአብሔር "እመኑኝ" እንዳለ አይነት ነው፡፡

በመጀመሪያ የነበረው አኗኗር ይህ ነበር - እንከን የለሽ ሰዎች ፍፁም እግዚአብሔርን በማመን በእንከን የለሽ ዓለም መደሰት፡፡

እግዚአብሔር አምላክ ሰውን እንዲህ በማለት አዘዘው፤ "በአትክልት ስፍራው ውስጥ ከሚገኝ ከማንኛውም ዛፍ ፍሬ ትበላለህ፡፡ ነገር ግን መልካምና ክፉን ከሚያሳውቀው ዛፍ አትብላ፤ ምክንያቱም ከእርሱ በበላህ ቀን በእርግጥ ትሞታለህ፡፡" ዘፍጥረት 2፡16-17

እግዚአብሔር አምላክም ለዐይን የሚያስደስት ለመብልም መልካም የሆነውን ዛፍ ሁሉ ከምድር አበቀለ፤ … ዘፍጥረት 2፡9

– ምዕራፍ አራት –

እግዚአብሔር ከአንዱ ልዩ ዛፍ ፍሬ እንዳይበሉ ነገራቸው፡፡ አዳምና ሔዋን ያንን አንድ ትእዛዝ ሳይታዘዙ ቀርተው ከዚያ አንድ ዛፍ ፍሬ ቢበሉ ይሞታሉ፡፡

ከዚያ ዛፍ ፍሬ አለመብላት ለአዳምና ሔዋን ከባድ አልነበረም፡፡ በጣም ብዙ ፍሬ ያላቸው ዛፎች በአትክልቱ ስፍራ ነበሩ፡፡ ነገር ግን እግዚአብሔርን በመታዘዛቸው አዳምና ሔዋን ጌታን እንዳመኑት ያሳያሉ፡፡ ለእነርሱ እጅግ መልካም የሆነውን እንደሚያውቅ አምነውት ነበር፡፡

እግዚአብሔር የፈለገውም ያንን ነበር፤ እርሱ ያላቸውን እንዲያምኑ፡፡ ልክ እግዚአብሔር "እመኑኝ" እንዳለ አይነት ነው፡፡

በመጀመሪያ የነበረው አኗኗር ይህ ነበር - እንከን የለሽ ሰዎች ፍፁም እግዚአብሔርን በማመን በእንከን የለሽ ዓለም መደሰት፡፡

እግዚአብሔር አምላክ ሰውን እንዲህ በማለት አዘዘው፤ "በአትክልት ስፍራው ውስጥ ከሚገኝ ከማንኛውም ዛፍ ፍሬ ትበላለህ፡፡ ነገር ግን መልካምና ክፉን ከሚያሳውቀው ዛፍ አትብላ፤ ምክንያቱም ከእርሱ በበላህ ቀን በእርግጥ ትሞታለህ፡፡" ዘፍጥረት 2፡16-17

እግዚአብሔር አምላክም ለዐይን የሚያስደስት ለመብልም መልካም የሆነውን ዛፍ ሁሉ ከምድር አበቀለ፤ … ዘፍጥረት 2፡9

66

ነገር ግን ሰይጣን የተባለው ያ መጥፎና ጨካኝ መልአክ አዳምና ሔዋንን ሊጎበኝ ውብ ወደ ሆነው የአትክልት ቦታ መጣ። እግዚአብሔር ከአዳምና ሔዋን የደበቃቸው ጥሩ ነገር እንዳለ ነገራቸው። ሰይጣንም ከልዩው ዛፍ ፍሬ ቢበሉ እንደ እግዚአብሔር እንደሚሆኑ ነገራቸው።[7]

በዚህ ጊዜ አዳምና ሔዋን ምን ማድረግ አለባቸው? ሰይጣን እውነት ነግሯቸዋል ወይስ ዋሽቷቸዋል?

ሰይጣንን ካመኑት ፍሬውን ይበላሉ፤ እግዚአብሔርን ካመኑት ግን አይበሉም።

ማንን ማመን አለባቸው - እግዚአብሔርን ወይስ ሰይጣንን?

ማንን መታመን አለባቸው?

…ሴቲቱንም፤ "በእርግጥ እግዚአብሔር፣ በአትክልቱ ስፍራ ካሉ ዛፎች ከማናቸውም እንዳትበሉ ብሎአልን?" አላት። …እባቡም ሴቲቱን እንዲህ አላት፤ "መሞት እንኳ አትሞቱም፤ ከፍሬው በበላችሁ ጊዜ ዐይናችሁ እንደሚከፈትና መልካምና ክፉን በማወቅ፣ እንደ እግዚአብሔር እንደምትሆኑ እግዚአብሔር ስለሚያውቅ ነው።" ዘፍጥረት 3፡1፣4-5

– ምዕራፍ አራት –

ነገር ግን ሰይጣን የተባለው ያ መጥፎና ጨካኝ መልአክ አዳምና ሔዋንን ሊጎበኝ ውብ ወደ ሆነው የአትክልት ቦታ መጣ። እግዚአብሔር ከአዳምና ሔዋን የደበቃቸው ጥሩ ነገር እንዳለ ነገራቸው። ሰይጣንም ከልዩው ዛፍ ፍሬ ቢበሉ እንደ እግዚአብሔር እንደሚሆኑ ነገራቸው።[7]

በዚህ ጊዜ አዳምና ሔዋን ምን ማድረግ አለባቸው? ሰይጣን እውነት ነግሯቸዋል ወይስ ዋሽቷቸዋል?

ሰይጣንን ካመኑት ፍሬውን ይበላሉ፤ እግዚአብሔርን ካመኑት ግን አይበሉም።

ማንን ማመን አለባቸው - እግዚአብሔርን ወይስ ሰይጣንን?

ማንን መታመን አለባቸው?

…ሴቲቱንም፤ "በእርግጥ እግዚአብሔር፣ በአትክልቱ ስፍራ ካሉ ዛፎች ከማናቸውም እንዳትበሉ ብሎአልን?" አላት። …እባቡም ሴቲቱን እንዲህ አላት፤ "መሞት እንኳ አትሞቱም፤ ከፍሬው በበላችሁ ጊዜ ዐይናችሁ እንደሚከፈትና መልካምና ክፉን በማወቅ፣ እንደ እግዚአብሔር እንደምትሆኑ እግዚአብሔር ስለሚያውቅ ነው።" ዘፍጥረት 3፡1፣4-5

67

ምን እንደሆነ ታውቃላችሁ? አዳምና ሔዋን እንከን የለሽ ሰዎች ሆነው ፍፁም በሆነው በእግዚአብሔር የአትክልት ስፍራ መኖር ትልቅ ነገር አለመሆኑን ማሰብ ጀመሩ። ሌላ ተጨማሪ ነገር ፈለጉ፤ እንደ እግዚአብሔር መሆን አማራቸው። ስለዚህም እግዚአብሔር እንዳትሰሩ ያላቸውን አንድ ነገር አደረጉ፤ ፍሬውን በሉ።

አዳምና ሔዋን የሰይጣንን ውሸት አመኑ። ሰይጣን ከእግዚአብሔር የተሻለ ለእነርሱ መልካም የሆነውን ያውቃል ብለው ተቀበሉ። አንዱን ቀላል የእግዚአብሔርን ትእዛዝ ተላለፉ። በእግዚአብሔር ላይ ከሰይጣን ወገን ቆሙ።

አያሳዝንም? ሰዎች እግዚአብሔር ያዘዛቸውን ካላደረጉ አለመታዘዛቸው ሁልጊዜ ሀዘንን ያመጣል።

ሴቲቱም የዛፉ ፍሬ ለመብል መልካም፣ ለዐይን የሚያስደስትና ጥበብንም ለማግኘት የሚያጓጓ እንደ ሆነ ባየች ጊዜ፣ ከፍሬው ወስዳ በላች፤ ከእርሷም ጋር ለነበረው ለባሏ ሰጠችው፤ እርሱም በላ። ዘፍጥረት 3፡6

– ምዕራፍ አራት –

ምን እንደሆነ ታውቃላችሁ? አዳምና ሔዋን እንከን የለሽ ሰዎች ሆነው ፍፁም በሆነው በእግዚአብሔር የአትክልት ስፍራ መኖር ትልቅ ነገር አለመሆኑን ማሰብ ጀመሩ። ሌላ ተጨማሪ ነገር ፈለጉ፤ እንደ እግዚአብሔር መሆን አማራቸው። ስለዚህም እግዚአብሔር እንዳትሰሩ ያላቸውን አንድ ነገር አደረጉ፤ ፍሬውን በሉ።

አዳምና ሔዋን የሰይጣንን ውሸት አመኑ። ሰይጣን ከእግዚአብሔር የተሻለ ለእነርሱ መልካም የሆነውን ያውቃል ብለው ተቀበሉ። አንዱን ቀላል የእግዚአብሔርን ትእዛዝ ተላለፉ። በእግዚአብሔር ላይ ከሰይጣን ወገን ቆሙ።

አያሳዝንም? ሰዎች እግዚአብሔር ያዘዛቸውን ካላደረጉ አለመታዘዛቸው ሁልጊዜ ሀዘንን ያመጣል።

ሴቲቱም የዛፉ ፍሬ ለመብል መልካም፣ ለዐይን የሚያስደስትና ጥበብንም ለማግኘት የሚያጓጓ እንደ ሆነ ባየች ጊዜ፣ ከፍሬው ወስዳ በላች፤ ከእርሷም ጋር ለነበረው ለባሏ ሰጠችው፤ እርሱም በላ። ዘፍጥረት 3፡6

68

አዳምና ሔዋን የእግዚአብሔርን አንድ ትእዛዝ ስላልታዘዙ ዓለም ሁሉ ተቀየረ። ሰላማዊና እንከን የለሽ መሆኑ አበቃ። እሾህና አሜከላ ከምድር ውስጥ መብቀል ጀመረ። አውሬዎች እርስ በእርሳቸው መገዳደል ጀመሩ። ዓለም ራስ ወዳድነት፣ ሕመምና ሀዘን የሞላበት አስፈሪ ቦታ መሆን ጀመረ ፤ የሞትም ቦታ ሆነ።

ኀጢአት ሁልጊዜ ነገሮችን ያበላሻል። እንከን የለሽ የሆነውን የእግዚአብሔር ዓለም አበላሸው። እግዚአብሔር ከአዳምና ከሔዋን ጋር የነበረውን ልዩ ወዳጅነት አጠፋው።

አዳምና ሔዋን እጅግ መልካም የሆነውን የመረጡ መስሎአቸው ነበር፤ ነገር ግን እግዚአብሔርን ላለመታዘዝ መምረጣቸው ሁሉንም ነገር አበላሸው።

…ወደ መጣህበት መሬት እስክትመለስ ድረስ እንጀራህን በፊትህ ላብ ትበላለህ፤… ዘፍጥረት 3፡19

…ፍጥረት ሁሉ በምጥ ጊዜ እንዳለው ሥቃይ በመቃተት ላይ እንደሚገኝ እናውቃለን። ሮሜ 8፡22

ስለዚህም እግዚአብሔር በኀጢአት በተሞላው የልባቸው ምኞት…አሳልፎ ሰጣቸው። የእግዚአብሔርን እውነት በሐሰት ለወጡ፤ በፈጣሪ ፈንታ ፍጡር [ሰይጣንን] አመለኩ፤… ሮሜ 1፡24-25

– ምዕራፍ አራት –

አዳምና ሔዋን የእግዚአብሔርን አንድ ትእዛዝ ስላልታዘዙ ዓለም ሁሉ ተቀየረ። ሰላማዊና እንከን የለሽ መሆኑ አበቃ። እሾህና አሜከላ ከምድር ውስጥ መብቀል ጀመረ። አውሬዎች እርስ በእርሳቸው መገዳደል ጀመሩ። ዓለም ራስ ወዳድነት፣ ሕመምና ሀዘን የሞላበት አስፈሪ ቦታ መሆን ጀመረ ፤ የሞትም ቦታ ሆነ።

ኀጢአት ሁልጊዜ ነገሮችን ያበላሻል። እንከን የለሽ የሆነውን የእግዚአብሔር ዓለም አበላሸው። እግዚአብሔር ከአዳምና ከሔዋን ጋር የነበረውን ልዩ ወዳጅነት አጠፋው።

አዳምና ሔዋን እጅግ መልካም የሆነውን የመረጡ መስሎአቸው ነበር፤ ነገር ግን እግዚአብሔርን ላለመታዘዝ መምረጣቸው ሁሉንም ነገር አበላሸው።

…ወደ መጣህበት መሬት እስክትመለስ ድረስ እንጀራህን በፊትህ ላብ ትበላለህ፤… ዘፍጥረት 3፡19

…ፍጥረት ሁሉ በምጥ ጊዜ እንዳለው ሥቃይ በመቃተት ላይ እንደሚገኝ እናውቃለን። ሮሜ 8፡22

ስለዚህም እግዚአብሔር በኀጢአት በተሞላው የልባቸው ምኞት…አሳልፎ ሰጣቸው። የእግዚአብሔርን እውነት በሐሰት ለወጡ፤ በፈጣሪ ፈንታ ፍጡር [ሰይጣንን] አመለኩ፤… ሮሜ 1፡24-25

70

አዳምና ሔዋን ኀጢአት ስለሰሩ ሰውነታቸው አንድ ቀን መስራት እንደሚያቆም እግዚአብሔር ነገራቸው። ይሞታሉ።

ሰዎች ለምን እንደሚሞቱ አስባችሁ ታውቃላችሁ? ሞት ወደ ዓለም የመጣው አዳምና ሔዋን ኀጢአት በመስራታቸው ምክንያት መሆኑን መጽሐፍ ቅዱስ ይናገራል።

ሞት አስፈሪ ነገር ነው። ሰዎች ሲሞቱ ሰብዕናቸው በምድር ላይ መኖር ያቆማል፤ላይመለሱ ሄደዋል። ለዚህ ነው ሰዎች ወደ ቀብር ቦታ ሲሄዱ የሚያዝኑት። ወዳጃቸው የለም፤ ብቸኝነት ይሰማቸዋል፤ ያለቅሳሉ፤ ውስጣቸውም በጣም ያዝናል። መጽሐፍ ቅዱስ ስለሞት ሲናገር ይህንን ማለቱ ነው። ከወዳጅ መለየት ማለት ነው።

የኀጢአት ደመወዝ ሞት ነውና፤… ሮሜ 6:23

እናንተ [ሰዎች] በበደላችሁና በኀጢአታችሁ ምክንያት ሙታን ነበራችሁ፤ ኤፌሶን 2:1

…ከእግዚአብሔር የተለያችሁ…ነበራችሁ። ቆላስያስ 1:21

– ምዕራፍ አራት –

አዳምና ሔዋን ኀጢአት ስለሰሩ ሰውነታቸው አንድ ቀን መስራት እንደሚያቆም እግዚአብሔር ነገራቸው። ይሞታሉ።

ሰዎች ለምን እንደሚሞቱ አስባችሁ ታውቃላችሁ? ሞት ወደ ዓለም የመጣው አዳምና ሔዋን ኀጢአት በመስራታቸው ምክንያት መሆኑን መጽሐፍ ቅዱስ ይናገራል።

ሞት አስፈሪ ነገር ነው። ሰዎች ሲሞቱ ሰብዕናቸው በምድር ላይ መኖር ያቆማል፤ላይመለሱ ሄደዋል። ለዚህ ነው ሰዎች ወደ ቀብር ቦታ ሲሄዱ የሚያዝኑት። ወዳጃቸው የለም፤ ብቸኝነት ይሰማቸዋል፤ ያለቅሳሉ፤ ውስጣቸውም በጣም ያዝናል። መጽሐፍ ቅዱስ ስለሞት ሲናገር ይህንን ማለቱ ነው። ከወዳጅ መለየት ማለት ነው።

የኀጢአት ደመወዝ ሞት ነውና፤… ሮሜ 6:23

እናንተ [ሰዎች] በበደላችሁና በኀጢአታችሁ ምክንያት ሙታን ነበራችሁ፤ ኤፌሶን 2:1

…ከእግዚአብሔር የተለያችሁ…ነበራችሁ። ቆላስያስ 1:21

72

አዳምና ሔዋን ከሰይጣን ጋር ሲሆኑ ከጓደኞቻቸው ተለይተው ነበር፤ ከእግዚአብሔር ተለይተው ነበር፤ ጓደኝነቱም ቀረ፤ አከተመ። ብቸኝነት ተሰማቸው። በውስጣቸው ሳያለቅሱና ሳያዝኑ አይቀርም። ይህም እጅግ በጣም አሳዛኝ ነበር። አዳምና ሔዋን ከቅርብ ጓደኞቻቸው ተለይተው ነበር።

ይሄ በራሱ መጥፎ ነው፤በተጨማሪ ግን ከሰይጣን ጋር ሆነዋልና ሲሞቱ በዚያ አስፈሪ ቤቱ ሄደው ይኖራሉ። አዳምና ሔዋን ለዘላለም ከእግዚአብሔር ተለዩ! ልክ እንደ ሁለተኛ ሞት ነው፤ይኼ አሳዛኝ ዜና ነው።

በዚህ ጊዜ አዳምና ሔዋን መጥፎ ስሜት ሳይሰማቸው አይቀርም።

…በደላችሁ ከአምላካችሁ ለይቶአችኂል፤ ኀጢአታችሁ ፊቱን ከእናንተ ሰውሮታል፤… ኢሳያስ 59፡2

…የማያምኑ፣ርኩሶች፣ ነፍሰ ገዳዮች፣ አመንዝሮች…ውሸተኞች ሁሉ ዕጣ ፈንታቸው በዲንና በእሳት ባሕር ውስጥ መጣል ይሆናል። ይህም ሁለተኛው ሞት ነው። ራዕይ 21፡8

– ምዕራፍ አራት –

አዳምና ሔዋን ከሰይጣን ጋር ሲሆኑ ከጓደኞቻቸው ተለይተው ነበር፤ ከእግዚአብሔር ተለይተው ነበር፤ ጓደኝነቱም ቀረ፤ አከተመ። ብቸኝነት ተሰማቸው። በውስጣቸው ሳያለቅሱና ሳያዝኑ አይቀርም። ይህም እጅግ በጣም አሳዛኝ ነበር። አዳምና ሔዋን ከቅርብ ጓደኞቻቸው ተለይተው ነበር።

ይሄ በራሱ መጥፎ ነው፤በተጨማሪ ግን ከሰይጣን ጋር ሆነዋልና ሲሞቱ በዚያ አስፈሪ ቤቱ ሄደው ይኖራሉ። አዳምና ሔዋን ለዘላለም ከእግዚአብሔር ተለዩ! ልክ እንደ ሁለተኛ ሞት ነው፤ይኼ አሳዛኝ ዜና ነው።

በዚህ ጊዜ አዳምና ሔዋን መጥፎ ስሜት ሳይሰማቸው አይቀርም።

…በደላችሁ ከአምላካችሁ ለይቶአችኂል፤ ኀጢአታችሁ ፊቱን ከእናንተ ሰውሮታል፤… ኢሳያስ 59፡2

…የማያምኑ፣ርኩሶች፣ ነፍሰ ገዳዮች፣ አመንዝሮች…ውሸተኞች ሁሉ ዕጣ ፈንታቸው በዲንና በእሳት ባሕር ውስጥ መጣል ይሆናል። ይህም ሁለተኛው ሞት ነው። ራዕይ 21፡8

73

እግዚአብሔር ግን ለአዳምና ሔዋን በእውነትም መልካም የሆነ ዜና ነገራቸው።

እግዚአብሔር በጣም ስለሚወዳቸው እንደ ገና እንከን የለሽ የሚሆኑበትን መንገድ እንዳዘጋጀላቸው መጽሐፍ ቅዱስ ይናገራል። እነርሱ በእግዚአብሔር መንገድ ወደ እርሱ ከመጡ እግዚአብሔር በሰማይ እንዲኖሩ ይፈቅድላቸዋል።

ስለዚህ አዳምና ሔዋን ምርጫ አላቸው። በእግዚአብሔር መንገድ መጥተው በእግዚአብሔር እንከን የለሽ ቤት ለዘላለም መኖር ይችላሉ፤ ወይም ይህንን መንገድ ትተው ለዘላለም በሚያስፈራው በሰይጣን ቤት መኖር ይችላሉ። ሌላ ምርጫ አልነበረም - ፍፁም ከሆነው እግዚአብሔር ጋር መኖር የሚችሉት እንከን የለሽ የሆኑ ሰዎች ብቻ ናቸው።

አዳምና ሔዋን በየትኛው ቤት መኖር የፈለጉ ይመስላችኋል?

…እኔ እግዚአብሔር አይደለሁምን? ጻድቅና አዳኝ የሆነ አምላክ፣ ከእኔ በቀር ማንም የለም፤ ከእኔ ሌላ አምላክ የለም። እናንት የምድር ዳርቻ ሁሉ፣ እኔ አምላክ ነኝ፤ ከእኔም በቀር ሌላ የለምና፤ ትድኑ ዘንድ ወደ እኔ ተመለሱ። ኢሳይያስ 45:21-22

– ምዕራፍ አራት –

እግዚአብሔር ግን ለአዳምና ሔዋን በእውነትም መልካም የሆነ ዜና ነገራቸው።

እግዚአብሔር በጣም ስለሚወዳቸው እንደ ገና እንከን የለሽ የሚሆኑበትን መንገድ እንዳዘጋጀላቸው መጽሐፍ ቅዱስ ይናገራል። እነርሱ በእግዚአብሔር መንገድ ወደ እርሱ ከመጡ እግዚአብሔር በሰማይ እንዲኖሩ ይፈቅድላቸዋል።

ስለዚህ አዳምና ሔዋን ምርጫ አላቸው። በእግዚአብሔር መንገድ መጥተው በእግዚአብሔር እንከን የለሽ ቤት ለዘላለም መኖር ይችላሉ፤ ወይም ይህንን መንገድ ትተው ለዘላለም በሚያስፈራው በሰይጣን ቤት መኖር ይችላሉ። ሌላ ምርጫ አልነበረም - ፍፁም ከሆነው እግዚአብሔር ጋር መኖር የሚችሉት እንከን የለሽ የሆኑ ሰዎች ብቻ ናቸው።

አዳምና ሔዋን በየትኛው ቤት መኖር የፈለጉ ይመስላችኋል?

…እኔ እግዚአብሔር አይደለሁምን? ጻድቅና አዳኝ የሆነ አምላክ፣ ከእኔ በቀር ማንም የለም፤ ከእኔ ሌላ አምላክ የለም። እናንት የምድር ዳርቻ ሁሉ፣ እኔ አምላክ ነኝ፤ ከእኔም በቀር ሌላ የለምና፤ ትድኑ ዘንድ ወደ እኔ ተመለሱ። ኢሳይያስ 45:21-22

74

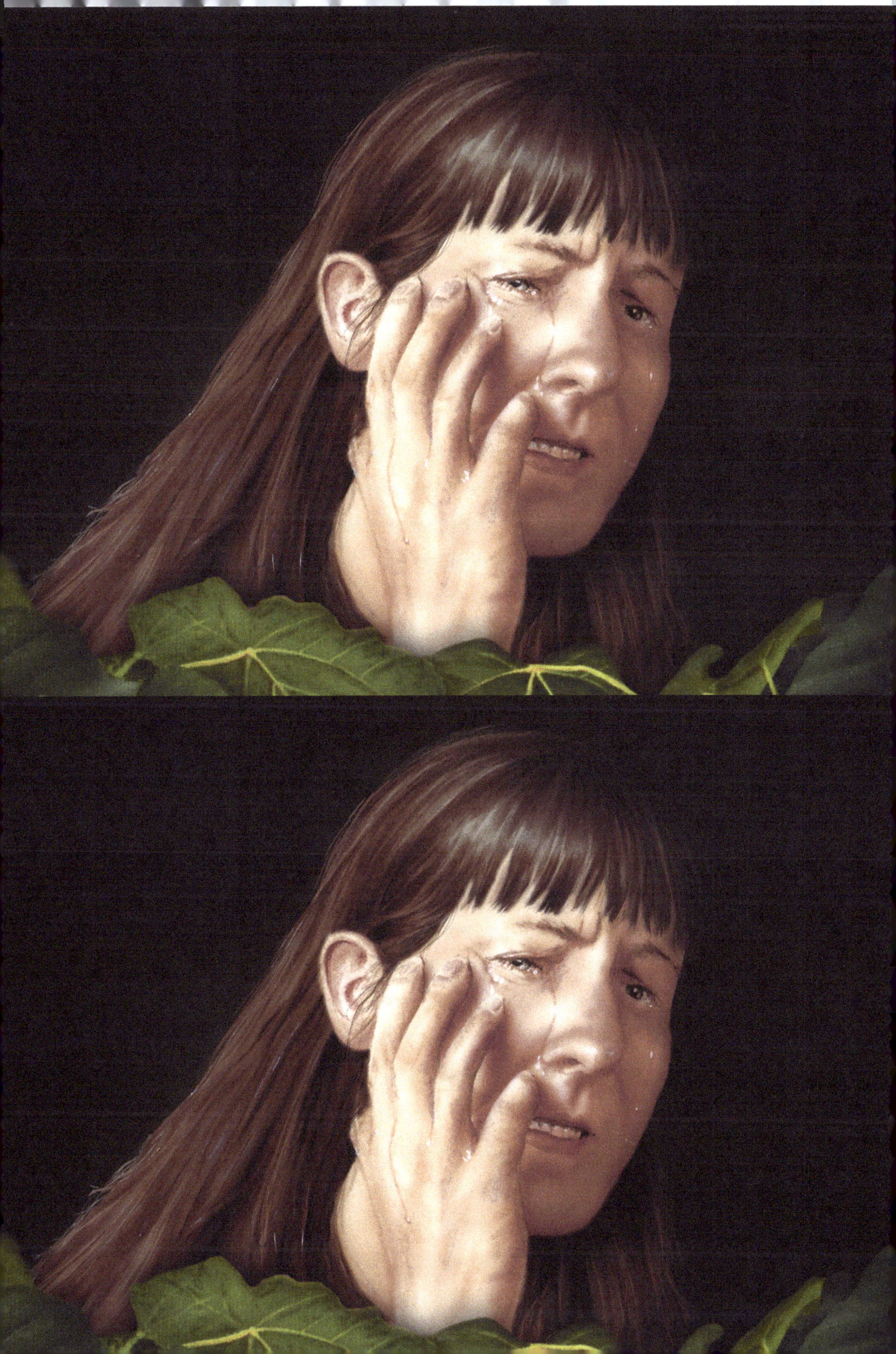

ጥያቄዎች ከምዕራፍ አራት

1. እግዚአብሔር አዳምና ሔዋንን ስለሚወዳቸውና ስለሚያስብላቸው እንዲኖሩበት የሰራላቸው ልዩ ስፍራ ምን ይባላል?
2. እግዚአብሔር ለአዳምና ለሔዋን ስንት ትእዛዝ ሰጣቸው?
3. እግዚአብሔር ለአዳምና ለሔዋን ምን የሚል ትእዛዝ ሰጣቸው?
4. እግዚአብሔር ይህንን ትእዛዝ ካልታዘዙ አዳምና ሔዋን ምን ይሆናሉ አለ?
5. አዳምና ሔዋን ከዚያ ከአንዱ ዛፍ ፍሬ ከበሉ ሰይጣን እንደማን ትሆናላችሁ አላቸው?
6. ሰይጣን ለአዳምና ሔዋን የነገራቸው እውነት ነው ውሸት?
7. አዳምና ሔዋን የእግዚአብሔርን አንዱን ትእዛዝ ታዘው ነበር?
8. መጽሐፍ ቅዱስ የአዳምና ሔዋንን አለመታዘዝ የገለጸበት ቃል አለ፤ ይህ ቃል ምንድነው?
9. በኀጢአት ምክንያት ወደ ዓለም የገባው ምንድነው?
10. መጽሐፍ ቅዱስ ስለ ሞት ሲናገር በሰማይ ላይ ኮከብ ትሆናለህ ማለቱ ነው ወይስ ከንደኛህ ለዘላለም ትለያለህ?
11. እግዚአብሔር አዳምና ሔዋን ከሰይጣን ጋር እንዲኖሩ አልፈለገም ነበር። እግዚአብሔር ለአዳምና ሔዋን እንደገና እንከን የለሽ የሚሆኑበትን መንገድ እንደሚሰራ ለምን ነገራቸው?

ጥያቄዎች ከምዕራፍ አራት

1. እግዚአብሔር አዳምና ሔዋንን ስለሚወዳቸውና ስለሚያስብላቸው እንዲኖሩበት የሰራላቸው ልዩ ስፍራ ምን ይባላል?
2. እግዚአብሔር ለአዳምና ለሔዋን ስንት ትእዛዝ ሰጣቸው?
3. እግዚአብሔር ለአዳምና ለሔዋን ምን የሚል ትእዛዝ ሰጣቸው?
4. እግዚአብሔር ይህንን ትእዛዝ ካልታዘዙ አዳምና ሔዋን ምን ይሆናሉ አለ?
5. አዳምና ሔዋን ከዚያ ከአንዱ ዛፍ ፍሬ ከበሉ ሰይጣን እንደማን ትሆናላችሁ አላቸው?
6. ሰይጣን ለአዳምና ሔዋን የነገራቸው እውነት ነው ውሸት?
7. አዳምና ሔዋን የእግዚአብሔርን አንዱን ትእዛዝ ታዘው ነበር?
8. መጽሐፍ ቅዱስ የአዳምና ሔዋንን አለመታዘዝ የገለጸበት ቃል አለ፤ ይህ ቃል ምንድነው?
9. በኀጢአት ምክንያት ወደ ዓለም የገባው ምንድነው?
10. መጽሐፍ ቅዱስ ስለ ሞት ሲናገር በሰማይ ላይ ኮከብ ትሆናለህ ማለቱ ነው ወይስ ከንደኛህ ለዘላለም ትለያለህ?
11. እግዚአብሔር አዳምና ሔዋን ከሰይጣን ጋር እንዲኖሩ አልፈለገም ነበር። እግዚአብሔር ለአዳምና ሔዋን እንደገና እንከን የለሽ የሚሆኑበትን መንገድ እንደሚሰራ ለምን ነገራቸው?

– ምዕራፍ አምስት –

ማንን ማመን

እግዚአብሔር በመጀመሪያ ዓለምን ሲፈጥር ልክ እንደ ሰማይ ፍጹም የሆነ ቦታ ነበር።

እግዚአብሔር የፈጠራቸውም ሰዎች እንከን የለሽ ነበሩ፤ ምክንያቱም እንከን የለሽ የሆኑ ሰዎች ብቻ ናቸው ፍጹም ከሆነው እግዚአብሔር ጋር መኖር የሚችሉት። እግዚአብሔር አዳምና ሔዋንን ይወዳቸው ነበር። የቅርብ ጓደኞቸውም ነበር።

እግዚአብሔር አምላክ ሰውን ወስዶ እንዲያለማትና እየተንከባከበ እንዲጠብቃት በዔድን የአትክልት ስፍራ አስቀመጠው። ዘፍጥረት 2:15

እግዚአብሔር ያደረገውን ሁሉ አየ፤ እነሆም እጅግ መልካም ነበረ። መሸ ነጋም ስድስተኛ ቀን። ዘፍጥረት 1:31

– ምዕራፍ አምስት –

ማንን ማመን

እግዚአብሔር በመጀመሪያ ዓለምን ሲፈጥር ልክ እንደ ሰማይ ፍጹም የሆነ ቦታ ነበር።

እግዚአብሔር የፈጠራቸውም ሰዎች እንከን የለሽ ነበሩ፤ ምክንያቱም እንከን የለሽ የሆኑ ሰዎች ብቻ ናቸው ፍጹም ከሆነው እግዚአብሔር ጋር መኖር የሚችሉት። እግዚአብሔር አዳምና ሔዋንን ይወዳቸው ነበር። የቅርብ ጓደኞቸውም ነበር።

እግዚአብሔር አምላክ ሰውን ወስዶ እንዲያለማትና እየተንከባከበ እንዲጠብቃት በዔድን የአትክልት ስፍራ አስቀመጠው። ዘፍጥረት 2:15

እግዚአብሔር ያደረገውን ሁሉ አየ፤ እነሆም እጅግ መልካም ነበረ። መሸ ነጋም ስድስተኛ ቀን። ዘፍጥረት 1:31

ነገር ግን ሰይጣን በአትክልቱ ቦታ አዳምና ሔዋንን ጎበኛቸው፤ ውሸትም ነገራቸው። እንደ እግዚአብሔር መሆን እንደሚችሉ ነገራቸው። አዳምና ሔዋንም ሰይጣንን አመኑት፤ እግዚአብሔርን ትተው ከሰይጣንን ጎን በመሆን ኀጢአት ሰሩ።

መጽሐፍ ቅዱስ ሞትን ያመጣው ኃጢአት ነው ይላል። የአዳምና ሔዋን ሰውነት ያረጅና ይሞታል። ከሞቱም በኂላ ከሰይጣንና ከመላእክቱ ጋር መጥፎ በሆነው ቤታቸው ይኖራሉ። ይህ በጣም አሰቃቂ ነው። ልክ እንደገና የመሞት አይነት ነው። መጽሐፍ ቅዱስ ይህን ሁለተኛው ሞት ብሎ ይጠራዋል።

ኀጢአት ሁልጊዜ ብዙ ሐዘንን ያመጣል።

የእሳቱ ባሕር ሁለተኛው ሞት ነው። ራእይ 20:14

መሞት የሚገባት ኀጢአት የሠራችው ነፍስ ናት። ሕዝቅኤል 18:20

– ምዕራፍ አምስት –

ነገር ግን ሰይጣን በአትክልቱ ቦታ አዳምና ሔዋንን ጎበኛቸው፤ ውሸትም ነገራቸው። እንደ እግዚአብሔር መሆን እንደሚችሉ ነገራቸው። አዳምና ሔዋንም ሰይጣንን አመኑት፤ እግዚአብሔርን ትተው ከሰይጣንን ጎን በመሆን ኀጢአት ሰሩ።

መጽሐፍ ቅዱስ ሞትን ያመጣው ኃጢአት ነው ይላል። የአዳምና ሔዋን ሰውነት ያረጅና ይሞታል። ከሞቱም በኂላ ከሰይጣንና ከመላእክቱ ጋር መጥፎ በሆነው ቤታቸው ይኖራሉ። ይህ በጣም አሰቃቂ ነው። ልክ እንደገና የመሞት አይነት ነው። መጽሐፍ ቅዱስ ይህን ሁለተኛው ሞት ብሎ ይጠራዋል።

ኀጢአት ሁልጊዜ ብዙ ሐዘንን ያመጣል።

የእሳቱ ባሕር ሁለተኛው ሞት ነው። ራእይ 20:14

መሞት የሚገባት ኀጢአት የሠራችው ነፍስ ናት። ሕዝቅኤል 18:20

80

እግዚአብሔር አዳምና ሔዋን ሄደው ከሰይጣን ጋር እንዲኖሩ አልፈለገም። እርሱ አዳምና ሔዋንን ይወዳቸው ነበር። ነገር ግን እንከን የለሽ ባለመሆናቸው በሰማይ መኖር አይችሉም ነበር። ሰይጣንን በማመን ኀጢአኛ መሆንን መርጠው ነበር። እንግዲህ እግዚአብሔር ምን ማድረግ ይችላል?

እግዚአብሔር ግን ሃሳቡ አልተደናቀፈም፤ ዕቅድም ነበረው። ዕቅዱንም ለአዳምና ሔዋን በጥቂቱ ነገራቸው፤ የሰሙትም ዜና በጣም ጥሩ ነበር።

እግዚአብሔር ልዩ ሰው ወደ ምድር እንደሚልክላቸው ቃል ገባላቸው። ይህም ሰው አዳምና ሔዋንን በኀጢአታቸው ከመቀጣት ያድናቸዋል። ከሁለተኛው ሞትም ሊያድናቸው ይችላል። እርሱም አዳኝ ተብሎ ይጠራል።

አዳኙ አዳምና ሔዋንን እንዴት አድርጎ እንደሚያድናቸው እና እንደገና እንከን የለሽ እንደሚያደርጋቸው አልተናገረም። ነገር ግን ቃል ገብቷል።

አዳምና ሔዋን አሁን እግዚአብሔር የተናገረውን አምነው ይቀበሉ ይሆን?

ያምኑት ይሆን?

…ፊቴን ከአንቺ ሰወርሁ…በዘላለም ቸርነቴ እራራልሻለሁ ይላል ታዳጊሽ እግዚአብሔር። ኢሳይያስ 54፡8

– ምዕራፍ አምስት –

እግዚአብሔር አዳምና ሔዋን ሄደው ከሰይጣን ጋር እንዲኖሩ አልፈለገም። እርሱ አዳምና ሔዋንን ይወዳቸው ነበር። ነገር ግን እንከን የለሽ ባለመሆናቸው በሰማይ መኖር አይችሉም ነበር። ሰይጣንን በማመን ኀጢአኛ መሆንን መርጠው ነበር። እንግዲህ እግዚአብሔር ምን ማድረግ ይችላል?

እግዚአብሔር ግን ሃሳቡ አልተደናቀፈም፤ ዕቅድም ነበረው። ዕቅዱንም ለአዳምና ሔዋን በጥቂቱ ነገራቸው፤ የሰሙትም ዜና በጣም ጥሩ ነበር።

እግዚአብሔር ልዩ ሰው ወደ ምድር እንደሚልክላቸው ቃል ገባላቸው። ይህም ሰው አዳምና ሔዋንን በኀጢአታቸው ከመቀጣት ያድናቸዋል። ከሁለተኛው ሞትም ሊያድናቸው ይችላል። እርሱም አዳኝ ተብሎ ይጠራል።

አዳኙ አዳምና ሔዋንን እንዴት አድርጎ እንደሚያድናቸው እና እንደገና እንከን የለሽ እንደሚያደርጋቸው አልተናገረም። ነገር ግን ቃል ገብቷል።

አዳምና ሔዋን አሁን እግዚአብሔር የተናገረውን አምነው ይቀበሉ ይሆን?

ያምኑት ይሆን?

…ፊቴን ከአንቺ ሰወርሁ…በዘላለም ቸርነቴ እራራልሻለሁ ይላል ታዳጊሽ እግዚአብሔር። ኢሳይያስ 54፡8

82

እምነት ምን ማለት እንደሆነ ታውቃላችሁ? አንድ ታሪክ ልተርክላችሁ።

አንድ ቀን ዮሐንስ ከወንድ አያቱ ጋር በወንዝ ዳር ይሄድ ነበር። ወደ ወንዙ ተጠግቶ ነበር። ድንገት እግሩ አዳለጠው እና ወደ ውሃ ውስጥ ገባ። እሱም ውሃው ውስጥ እየተንቦራጨቀና እየተንፈራገጠ ውሃው ቁልቁል ወሰደው፤ በጣም ፈርቶ ነበር፤ ውሃውም እጅግ በጣም ቀዝቃዛ ነበር። ልብሶቹም በዉሃ ስለረጠቡ ከብደውት ነበር። እርሱም እየሰመጠ እንደሆነም ተሰማው።

ነገር ግን የዮሐንስ ወንድ አያት ጥልቅ ባልሆነው ውሃ ላይ እየተራመዱ መጡ። እርሳቸውም ጠንካራ ሰው ስለነበሩ እግሮቻቸው የወንዙን ታች በደንብ ረግጠው ነበር። ወንድ አያቱ ረጅም እጃቸውን ወደ ዮሐንስ ዘርግተው "እንካ እጆቼን ያዝ አድንሃለሁ እምነኝ" ብለው ወደ ዮሐንስ ተጣሩ።

በፍጹም ልብህ በእግዚአብሔር ታመን በራስህ ማስተዋል አትደገፍ። ምሳሌ 3:5

እግዚአብሔር ...መድኀኔ ነው የሚያስፈራኝ ማነው? መዝሙር 27:1

– ምዕራፍ አምስት –

እምነት ምን ማለት እንደሆነ ታውቃላችሁ? አንድ ታሪክ ልተርክላችሁ።

አንድ ቀን ዮሐንስ ከወንድ አያቱ ጋር በወንዝ ዳር ይሄድ ነበር። ወደ ወንዙ ተጠግቶ ነበር። ድንገት እግሩ አዳለጠው እና ወደ ውሃ ውስጥ ገባ። እሱም ውሃው ውስጥ እየተንቦራጨቀና እየተንፈራገጠ ውሃው ቁልቁል ወሰደው፤ በጣም ፈርቶ ነበር፤ ውሃውም እጅግ በጣም ቀዝቃዛ ነበር። ልብሶቹም በዉሃ ስለረጠቡ ከብደውት ነበር። እርሱም እየሰመጠ እንደሆነም ተሰማው።

ነገር ግን የዮሐንስ ወንድ አያት ጥልቅ ባልሆነው ውሃ ላይ እየተራመዱ መጡ። እርሳቸውም ጠንካራ ሰው ስለነበሩ እግሮቻቸው የወንዙን ታች በደንብ ረግጠው ነበር። ወንድ አያቱ ረጅም እጃቸውን ወደ ዮሐንስ ዘርግተው "እንካ እጆቼን ያዝ አድንሃለሁ እምነኝ" ብለው ወደ ዮሐንስ ተጣሩ።

በፍጹም ልብህ በእግዚአብሔር ታመን በራስህ ማስተዋል አትደገፍ። ምሳሌ 3:5

እግዚአብሔር ...መድኀኔ ነው የሚያስፈራኝ ማነው? መዝሙር 27:1

84

ዮሐንስ ማድረግ ያለበት ምንድነው?

ወንድ አያቱን ካመነ እጃቸውን መያዝ አለበት፤ ወንድ አያቱን ካላመነ በራሱ መታገል ይኖርበታል። ወንድ አያቱን ወይም ራሱን መምረጥ አለበት።

ማንን ይመን?

እኔ… እግዚአብሔር ነኝ ከእኔም ሌላ የሚያድን የለም። ኢሳይያስ 43፡11

ሰውን መከታ ከማድረግ ይልቅ በእግዚአብሔር መታመን ይሻላል።
…እግዚአብሔር ብርታቴና ዝማሬዬ ነው አዳኝ ሆነልኝ። መዝሙር 118፡ 4፤14

…በእግዚአብሔር ታመኑ፤ ረዳታቸውና ጋሻቸው እርሱ ነው። መዝሙር 115፡11

– ምዕራፍ አምስት –

ዮሐንስ ማድረግ ያለበት ምንድነው?

ወንድ አያቱን ካመነ እጃቸውን መያዝ አለበት፤ ወንድ አያቱን ካላመነ በራሱ መታገል ይኖርበታል። ወንድ አያቱን ወይም ራሱን መምረጥ አለበት።

ማንን ይመን?

እኔ… እግዚአብሔር ነኝ ከእኔም ሌላ የሚያድን የለም። ኢሳይያስ 43፡11

ሰውን መከታ ከማድረግ ይልቅ በእግዚአብሔር መታመን ይሻላል።
…እግዚአብሔር ብርታቴና ዝማሬዬ ነው አዳኝ ሆነልኝ። መዝሙር 118፡ 4፤14

…በእግዚአብሔር ታመኑ፤ ረዳታቸውና ጋሻቸው እርሱ ነው። መዝሙር 115፡11

86

ዮሐንስ እጁን ዘርገቶ የወንድ አያቱን እጅ ያዘ፤ ወንድ አያቱ ከመስጠም እንደሚያድኑት አምኖ ነበር። ዮሐንስ አመናቸው፤ ትክክለኛ ምርጫ ነው ያደረገው።

እግዚአብሔር አዳምና ሔዋን እንዲያደርጉ የፈለገው እንደዚሁ አይነት ምርጫ ነው። እርሱን እንዲያምኑት ይፈልጋል። ከሰይጣን አስፈሪ ቤት እንደሚያድናቸው እንዲያምኑ። አዎ እግዚአብሔር የመታደግ ዕቅድ አለው። አዳምና ሔዋን ያምኑት ይሆን?

ጌታ ዕቅዱን ሁሉ ወይም ስለ አዳኙ ሁሉንም ነገር አልነገራቸውም። ነገር ግን ቃል ገብቶአል። ሰዎች እግዚአብሔርን ቢያምኑ፣ ቃል የገባውን ቢቀበሉ በሚሞቱ ጊዜ እንደገና እንከን የለሽ ያደርጋቸዋል። እንከን የለሽ ሰዎች ከእግዚአብሔር ጋር መኖር ይችላሉ። እነርሱ ማድረግ ያለባቸው ማመን ብቻ ነው። ይሄንን ያህል ቀላል ነው።

ይህ በጣም አስደሳች ዜና ስለሆነ ሰዎች አዳኙ የሚመጣበትን ጊዜ በተስፋ መጠበቅ ጀመሩ።

ያ አዳኝ ማን የሚሆን ይመስላችኋል?

– ምዕራፍ አምስት –

ዮሐንስ እጁን ዘርገቶ የወንድ አያቱን እጅ ያዘ፤ ወንድ አያቱ ከመስጠም እንደሚያድኑት አምኖ ነበር። ዮሐንስ አመናቸው፤ ትክክለኛ ምርጫ ነው ያደረገው።

እግዚአብሔር አዳምና ሔዋን እንዲያደርጉ የፈለገው እንደዚሁ አይነት ምርጫ ነው። እርሱን እንዲያምኑት ይፈልጋል። ከሰይጣን አስፈሪ ቤት እንደሚያድናቸው እንዲያምኑ። አዎ እግዚአብሔር የመታደግ ዕቅድ አለው። አዳምና ሔዋን ያምኑት ይሆን?

ጌታ ዕቅዱን ሁሉ ወይም ስለ አዳኙ ሁሉንም ነገር አልነገራቸውም። ነገር ግን ቃል ገብቶአል። ሰዎች እግዚአብሔርን ቢያምኑ፣ ቃል የገባውን ቢቀበሉ በሚሞቱ ጊዜ እንደገና እንከን የለሽ ያደርጋቸዋል። እንከን የለሽ ሰዎች ከእግዚአብሔር ጋር መኖር ይችላሉ። እነርሱ ማድረግ ያለባቸው ማመን ብቻ ነው። ይሄንን ያህል ቀላል ነው።

ይህ በጣም አስደሳች ዜና ስለሆነ ሰዎች አዳኙ የሚመጣበትን ጊዜ በተስፋ መጠበቅ ጀመሩ።

ያ አዳኝ ማን የሚሆን ይመስላችኋል?

88

ጥያቄዎች ከምዕራፍ አምስት

1. አዳምና ሔዋን ከሰይጣን ጋር በመሆናቸው ምክንያት ሲሞቱ ከእግዚአብሔር ለዘላለም ተለይተው በሰይጣን አስፈሪ ቤት ይኖራሉ፡፡ መጽሐፍ ቅዱስ ይሄንን ምን ዓይነት ሞት ብሎ ይጠራዋል?
2. እግዚአብሔር ፍጹም በሆነው ቤቱ አዳምና ሔዋን አብረውት እንዲኖሩ ይፈልጋል፡፡ የእግዚአብሔር ሃሳብ ያልተደናቀፈው ለምንድነው?
3. እግዚአብሔር ለአዳምና ሔዋን ዕቅዱን በሙሉ ነግሯቸዋል?
4. እግዚአብሔር ከሁለተኛው ሞት እንዲያድናቸው ልዩ ሰው እንደሚልክላቸው ቃል ገብቶላቸዋል፡፡ ይህ ሰው ማን ተብሎ ይጠራል?
5. አዳምና ሔዋን እግዚአብሔር የተናገረውን ማመን አለባቸው?
6. ዮሐንስ ወንድ አያቱን ያመነበት ምክንያት ወንድ አያቱ የተናገሩትን ስላመነ ነው ወይስ ያደረጉት ቦት ጫማ ውሃ ስለማያስገባ ነው?
7. ዮሐንስ ወንድ አያቱን ያመነበት ምክንያት ወንድ አያቱ እንደሚያስቡለት በማወቁ ነው ወይስ አያቱ ሌላ የሚሰሩት ስራ ስለሌላቸው ነው?
8. ዮሐንስ ውሃ ውስጥ ሲንፈራገጥ ወንድ አያቱ እርሱን ከማዳናቸው በፊት ጥሩ ልጅ ሊሆን ቃል መግባት ነበረበት?
9. እግዚአብሔር አድናችኋለሁ ብሎ ከመናገሩ በፊት አዳምና ሔዋን ሁለተኛ ምንም መጥፎ ነገር እንደማያደርጉ ቃል መግባት ነበረባቸው?
10. የዮሐንስ አያት እመነኝ ሲሉ እውነታቸውን ነው?
11. እግዚአብሔር ሰዎችን እመኑኝና ስትሞቱ እንከን የለሽ አደርጋችኋለሁ ሲል እውነቱን ነው?
12. ሰዎች በሰማይ ለመኖር ለምን እንከን የለሽ መሆን አስፈለጋቸው?

ጥያቄዎች ከምዕራፍ አምስት

1. አዳምና ሔዋን ከሰይጣን ጋር በመሆናቸው ምክንያት ሲሞቱ ከእግዚአብሔር ለዘላለም ተለይተው በሰይጣን አስፈሪ ቤት ይኖራሉ፡፡ መጽሐፍ ቅዱስ ይሄንን ምን ዓይነት ሞት ብሎ ይጠራዋል?
2. እግዚአብሔር ፍጹም በሆነው ቤቱ አዳምና ሔዋን አብረውት እንዲኖሩ ይፈልጋል፡፡ የእግዚአብሔር ሃሳብ ያልተደናቀፈው ለምንድነው?
3. እግዚአብሔር ለአዳምና ሔዋን ዕቅዱን በሙሉ ነግሯቸዋል?
4. እግዚአብሔር ከሁለተኛው ሞት እንዲያድናቸው ልዩ ሰው እንደሚልክላቸው ቃል ገብቶላቸዋል፡፡ ይህ ሰው ማን ተብሎ ይጠራል?
5. አዳምና ሔዋን እግዚአብሔር የተናገረውን ማመን አለባቸው?
6. ዮሐንስ ወንድ አያቱን ያመነበት ምክንያት ወንድ አያቱ የተናገሩትን ስላመነ ነው ወይስ ያደረጉት ቦት ጫማ ውሃ ስለማያስገባ ነው?
7. ዮሐንስ ወንድ አያቱን ያመነበት ምክንያት ወንድ አያቱ እንደሚያስቡለት በማወቁ ነው ወይስ አያቱ ሌላ የሚሰሩት ስራ ስለሌላቸው ነው?
8. ዮሐንስ ውሃ ውስጥ ሲንፈራገጥ ወንድ አያቱ እርሱን ከማዳናቸው በፊት ጥሩ ልጅ ሊሆን ቃል መግባት ነበረበት?
9. እግዚአብሔር አድናችኋለሁ ብሎ ከመናገሩ በፊት አዳምና ሔዋን ሁለተኛ ምንም መጥፎ ነገር እንደማያደርጉ ቃል መግባት ነበረባቸው?
10. የዮሐንስ አያት እመነኝ ሲሉ እውነታቸውን ነው?
11. እግዚአብሔር ሰዎችን እመኑኝና ስትሞቱ እንከን የለሽ አደርጋችኋለሁ ሲል እውነቱን ነው?
12. ሰዎች በሰማይ ለመኖር ለምን እንከን የለሽ መሆን አስፈለጋቸው?

የማዳን ዕቅድ

እግዚአብሔር ዓለምን እንከን የለሽ ቦታ እንዲሆን ፈጠረው፤ነገር ግን አዳምና ሔዋን እግዚአብሔርን ላለማመን ሲወስኑ እንከን የለሹ አለም ተበላሸ፤ የኃጢአት ሥፍራም ሆነ።

መጽሐፍ ቅዱስ ኃጢአት ሞትን እንዳስከተለ ይነግረናል፤ኃጢአት ሁልጊዜ ብዙ ኀዘንን ያመጣል።

እግዚአብሔር ግን አዳምና ሔዋንን አንድ ጥሩ ዜና ነገራቸው። እርሱ የማዳን እቅድ አለው። አንድ ቀን ሕዝቡን በኃጢአት ምክንያት ከሚደርስበት መጥፎ ነገር ሁሉ የሚያድን አዳኝ ይልካል። እርሱ ሰዎች ከሰይጣን ወገን እንዳይሆኑ ነፃ ያወጣቸዋል፤ ሰዎች እንደገና ከእግዚአብሔር ወገን ይሆናሉ። እግዚአብሔር፦ አዳኙ ሰዎችን ከሁለተኛው ሞት እንኳን ሳይቀር ያድናቸዋል አለ።

ሰዎች እግዚአብሔር የተናገረውን ከተቀበሉና እርሱን ካመኑ እንከን የለሽ ያደርጋቸዋል።

እንከን የለሽ ሰዎች ብቻ እንከን የለሽ በሆነው ሰማይ መኖር ይችላሉ።

– ምዕራፍ ስድስት –

የማዳን ዕቅድ

እግዚአብሔር ዓለምን እንከን የለሽ ቦታ እንዲሆን ፈጠረው፤ነገር ግን አዳምና ሔዋን እግዚአብሔርን ላለማመን ሲወስኑ እንከን የለሹ አለም ተበላሸ፤ የኃጢአት ሥፍራም ሆነ።

መጽሐፍ ቅዱስ ኃጢአት ሞትን እንዳስከተለ ይነግረናል፤ኃጢአት ሁልጊዜ ብዙ ኀዘንን ያመጣል።

እግዚአብሔር ግን አዳምና ሔዋንን አንድ ጥሩ ዜና ነገራቸው። እርሱ የማዳን እቅድ አለው። አንድ ቀን ሕዝቡን በኃጢአት ምክንያት ከሚደርስበት መጥፎ ነገር ሁሉ የሚያድን አዳኝ ይልካል። እርሱ ሰዎች ከሰይጣን ወገን እንዳይሆኑ ነፃ ያወጣቸዋል፤ ሰዎች እንደገና ከእግዚአብሔር ወገን ይሆናሉ። እግዚአብሔር፦ አዳኙ ሰዎችን ከሁለተኛው ሞት እንኳን ሳይቀር ያድናቸዋል አለ።

ሰዎች እግዚአብሔር የተናገረውን ከተቀበሉና እርሱን ካመኑ እንከን የለሽ ያደርጋቸዋል።

እንከን የለሽ ሰዎች ብቻ እንከን የለሽ በሆነው ሰማይ መኖር ይችላሉ።

92

ነገር ግን አንድ ትልቅ ችግር ነበረ።

እግዚአብሔር አዳምና ሔዋንን ስለ ኃጢአታቸው ምንም ሳያደርግ እንከን የለሽ አድርጎ ወደ ሰማይ ለማስገባት አይችልም። እግዚአብሔር ኃጢአትን ሳይቀጣ አይተውም።

አዳምና ሔዋን እግዚአብሔርን አልታዘዙም ነበር። ከሰይጣን ወገን ቆመው ነበር። አዳምና ሔዋን ኃጢአት ሰርተዋል። እግዚአብሔር ኃጢአት እንዳልተሰራ አድርጎ ማለፍ አይችልም። ይህ ትክክልና ሚዛናዊ አይደለም። ጥፋት ሁሉ መቀጣት ይገባዋል።

ነገር ግን እግዚአብሔር እንዴት አዳምና ሔዋንን ሳይቀጣ ኃጢአታቸውን ሊቀጣ ይችላል?

ያ በጣም አስፈላጊ ጥያቄ ነው። አያችሁ! ልክ አዳምና ሔዋን መቀጣት ያለበትን ኃጢአት እንደሰሩ እኛም እንደነሱ ሰርተናል። ሁሉም ወንዶችና ሴቶች ልጆች፣ ሁሉም እናቶች እና አባቶች፣ በዚህ ዓለም ውስጥ የተወለደ ሁሉ ጥፋት ሰርቷል። ሁላችንም ኃጢአተኞች ነን። ሁላችንም እንደ አዳምና ሔዋን ነን።

ሁሉም ሰው እግዚአብሔር እንዴት ሰዎችን ሳይቀጣ ኃጢአታቸውን እንደሚቀጣ ማወቅ አለበት።

– ምዕራፍ ስድስት –

ነገር ግን አንድ ትልቅ ችግር ነበረ።

እግዚአብሔር አዳምና ሔዋንን ስለ ኃጢአታቸው ምንም ሳያደርግ እንከን የለሽ አድርጎ ወደ ሰማይ ለማስገባት አይችልም። እግዚአብሔር ኃጢአትን ሳይቀጣ አይተውም።

አዳምና ሔዋን እግዚአብሔርን አልታዘዙም ነበር። ከሰይጣን ወገን ቆመው ነበር። አዳምና ሔዋን ኃጢአት ሰርተዋል። እግዚአብሔር ኃጢአት እንዳልተሰራ አድርጎ ማለፍ አይችልም። ይህ ትክክልና ሚዛናዊ አይደለም። ጥፋት ሁሉ መቀጣት ይገባዋል።

ነገር ግን እግዚአብሔር እንዴት አዳምና ሔዋንን ሳይቀጣ ኃጢአታቸውን ሊቀጣ ይችላል?

ያ በጣም አስፈላጊ ጥያቄ ነው። አያችሁ! ልክ አዳምና ሔዋን መቀጣት ያለበትን ኃጢአት እንደሰሩ እኛም እንደነሱ ሰርተናል። ሁሉም ወንዶችና ሴቶች ልጆች፣ ሁሉም እናቶች እና አባቶች፣ በዚህ ዓለም ውስጥ የተወለደ ሁሉ ጥፋት ሰርቷል። ሁላችንም ኃጢአተኞች ነን። ሁላችንም እንደ አዳምና ሔዋን ነን።

ሁሉም ሰው እግዚአብሔር እንዴት ሰዎችን ሳይቀጣ ኃጢአታቸውን እንደሚቀጣ ማወቅ አለበት።

94

ስለዚህ እግዚአብሔር በጥቂቱ ዕቅዱን ገለጸ።

ሰዎች የኃጢአትን አስከፊነት ስላልተገነዘቡት እንዲገባቸው እግዚአብሔር አንድ ነገር እንዲያደርጉ አዘዛቸው። ይህም ኃጢአተኛው ሳይሆን ኃጢአት እንዴት እንደሚቀጣ ያሳያቸዋል።

እግዚአብሔር አንድ እንስሳ - የበግ ጠቦት እንዲያመጡ ነገራቸው። በጉ ወንድ መሆን አለበት። ምንም አይነት መጥፎ ነገር የሌለበት መሆን አለበት። የታመመ ወይም የተሰበረ ወይም ደግሞ ፀጉሩ የሚረግፍ መሆን የለበትም። እንከን የለሽ መሆን አለበት።

ሰዎቹ በጉን መሥዋዕት ወደሚደረግበት ቦታ ማምጣት አለባቸው። በጉን ያመጣው ሰው እጁን በበጉ ራስ ላይ ማስቀመጥ አለበት። ይህንን ካደረገ እግዚአብሔር የሰውየው ኃጢአት ወደ በጉ እንደተላለፈ አድርጎ እንደሚቆጥረው ተናገረ።

...እንከን የሌለበትን ተባዕቱን መሥዋዕት...ያቅርበው።...መሥዋዕት ሆኖ በሚቀርበው እንስሳ ራስ ላይም እጁን ይጫን፤ይህም...በምትኩ ተቀባይነት ያገኛል። ዘሌዋውያን 1፡3-4

– ምዕራፍ ስድስት –

ስለዚህ እግዚአብሔር በጥቂቱ ዕቅዱን ገለጸ።

ሰዎች የኃጢአትን አስከፊነት ስላልተገነዘቡት እንዲገባቸው እግዚአብሔር አንድ ነገር እንዲያደርጉ አዘዛቸው። ይህም ኃጢአተኛው ሳይሆን ኃጢአት እንዴት እንደሚቀጣ ያሳያቸዋል።

እግዚአብሔር አንድ እንስሳ - የበግ ጠቦት እንዲያመጡ ነገራቸው። በጉ ወንድ መሆን አለበት። ምንም አይነት መጥፎ ነገር የሌለበት መሆን አለበት። የታመመ ወይም የተሰበረ ወይም ደግሞ ፀጉሩ የሚረግፍ መሆን የለበትም። እንከን የለሽ መሆን አለበት።

ሰዎቹ በጉን መሥዋዕት ወደሚደረግበት ቦታ ማምጣት አለባቸው። በጉን ያመጣው ሰው እጁን በበጉ ራስ ላይ ማስቀመጥ አለበት። ይህንን ካደረገ እግዚአብሔር የሰውየው ኃጢአት ወደ በጉ እንደተላለፈ አድርጎ እንደሚቆጥረው ተናገረ።

...እንከን የሌለበትን ተባዕቱን መሥዋዕት...ያቅርበው።...መሥዋዕት ሆኖ በሚቀርበው እንስሳ ራስ ላይም እጁን ይጫን፤ይህም...በምትኩ ተቀባይነት ያገኛል። ዘሌዋውያን 1፡3-4

96

ግን አሁን አንድ የሚያሳዝን ነገር ሊከሰት ነው።

ሞት በኃጢአት ምክንያት ወደ ዓለም እንደመጣ ታስታውሳላችሁ? እንግዲህ በጉ የሰውየውን ኃጢአት ስለወሰደ መሞት አለበት። በጉን ያመጣው ሰውዬ በጉን መግደል አለበት። ይህም ለሰዎቹ የሰውየው ኃጢአት በጉን እንደገደለው እንዲገነዘቡ ይረዳቸዋል።

እግዚአብሔር ሰዎች ይህን እንዲያደርጉ ያዘዘው እርሱ ሰዎችን ሳይቀጣ ኃጢአትን እንዴት እንደሚቀጣ ያለውን እቅዱን እንዲረዱት ነው። በሰውየው ምትክ በጉ ተቀጣ።

ሰውየው ይህን ያደረገው እግዚአብሔር ያለውን ስላመነ ነው፤ በጉ በእርሱ ቦታ እንደተቀጣ አምኗል። ሰውየው ሲሞት እግዚአብሔር እንከን የለሽ ያደርገውና በሰማይ መኖር ይችላል።

እግዚአብሔር ዕቅድ ስላለው አልተደሰታችሁም? ይህም እርሱ እኛን እንዴት እንደሚወደን ያሳየበት አንዱ መንገድ ነው።

…እግዚአብሔር…ከአገር የተሰደደ ሰው ከእርሱ እንደ ራቀ በዚያው እንዳይቀር የሚመለስበትን ሁኔታ ያመቻቻል እንጂ ሕይወቱ እንድትጠፋ አይፈቅድም። 2 ሳሙኤል 14፡14

– ምዕራፍ ስድስት –

ግን አሁን አንድ የሚያሳዝን ነገር ሊከሰት ነው።

ሞት በኃጢአት ምክንያት ወደ ዓለም እንደመጣ ታስታውሳላችሁ? እንግዲህ በጉ የሰውየውን ኃጢአት ስለወሰደ መሞት አለበት። በጉን ያመጣው ሰውዬ በጉን መግደል አለበት። ይህም ለሰዎቹ የሰውየው ኃጢአት በጉን እንደገደለው እንዲገነዘቡ ይረዳቸዋል።

እግዚአብሔር ሰዎች ይህን እንዲያደርጉ ያዘዘው እርሱ ሰዎችን ሳይቀጣ ኃጢአትን እንዴት እንደሚቀጣ ያለውን እቅዱን እንዲረዱት ነው። በሰውየው ምትክ በጉ ተቀጣ።

ሰውየው ይህን ያደረገው እግዚአብሔር ያለውን ስላመነ ነው፤ በጉ በእርሱ ቦታ እንደተቀጣ አምኗል። ሰውየው ሲሞት እግዚአብሔር እንከን የለሽ ያደርገውና በሰማይ መኖር ይችላል።

እግዚአብሔር ዕቅድ ስላለው አልተደሰታችሁም? ይህም እርሱ እኛን እንዴት እንደሚወደን ያሳየበት አንዱ መንገድ ነው።

…እግዚአብሔር…ከአገር የተሰደደ ሰው ከእርሱ እንደ ራቀ በዚያው እንዳይቀር የሚመለስበትን ሁኔታ ያመቻቻል እንጂ ሕይወቱ እንድትጠፋ አይፈቅድም። 2 ሳሙኤል 14፡14

98

ጥያቄዎች ከምዕራፍ ስድስት

1. እግዚአብሔር አዳምና ሔዋንን ሊቀጣ ያልፈለገው ለምንድን ነው?
2. እግዚአብሔር አዳምና ሔዋን ኃጢአት እንዳልሰሩ ማስመሰል ይችላል?
3. እግዚአብሔር ሰዎችን ሳይሆን ኃጢአትን እንዴት እንደሚቀጣ ዕቅዱን አሳይቶአቸዋል፡፡ ምን አይነት እንስሳ ነው እንዲያመጡ የተጠየቁት?
4. በጉ ሴት ወይስ ወንድ መሆን ነው ያለበት?
5. በጉ እግሩ የተሰበረ፣ የታመመ ወይም ፀጉሩ የረገፈ መሆን ይችላል? ምን አይነት በግ ነው መሆን ያለበት?
6. ምን ወደተባለ ልዩ የመሞቻ ሥፍራ በጉን መውሰድ አለባቸው?
7. ሰውየው በበጉ ምን ላይ ነው እጁን መጫን ያለበት?
8. ሰውየው እጁን በበጉ ራስ ላይ ሲያስቀምጥ ኃጢአቱ ምን ይሆናል?
9. በጉ የሰውየውን ኃጢአት ስለተሸከመ ምን መደረግ አለበት?
10. በጉ ምንም ጥፋት አላጠፋም፡፡ መሞት ይገባው ነበር?
11. መጽሐፍ ቅዱስ የኃጢአት ቅጣት ሞት ነው ይላል፡፡ በጉ በማን ቦታ ነው የሞተው?
12. በጉ ጥፋት ካላጠፋ ለምን ተቀጣ?
13. ሰውየው እግዚአብሔር እንዳዘዘው በግ አመጣ፡፡ ይህን ያደረገበት ምክንያት እግዚአብሔር በግ የማይወድ መስሎት ነው ወይስ እግዚአብሔር የተናገረውን አምኖ ነው?
14. ሰዎች እግዚአብሔር የተናገረውን ካመኑ ሲሞቱ ወደ ሰማይ ይሄዳሉ፡፡ በሰማይ መኖር እንዲችሉ እግዚአብሔር የሚለውጣቸው እንዴት ነው?

ጥያቄዎች ከምዕራፍ ስድስት

1. እግዚአብሔር አዳምና ሔዋንን ሊቀጣ ያልፈለገው ለምንድን ነው?
2. እግዚአብሔር አዳምና ሔዋን ኃጢአት እንዳልሰሩ ማስመሰል ይችላል?
3. እግዚአብሔር ሰዎችን ሳይሆን ኃጢአትን እንዴት እንደሚቀጣ ዕቅዱን አሳይቶአቸዋል፡፡ ምን አይነት እንስሳ ነው እንዲያመጡ የተጠየቁት?
4. በጉ ሴት ወይስ ወንድ መሆን ነው ያለበት?
5. በጉ እግሩ የተሰበረ፣ የታመመ ወይም ፀጉሩ የረገፈ መሆን ይችላል? ምን አይነት በግ ነው መሆን ያለበት?
6. ምን ወደተባለ ልዩ የመሞቻ ሥፍራ በጉን መውሰድ አለባቸው?
7. ሰውየው በበጉ ምን ላይ ነው እጁን መጫን ያለበት?
8. ሰውየው እጁን በበጉ ራስ ላይ ሲያስቀምጥ ኃጢአቱ ምን ይሆናል?
9. በጉ የሰውየውን ኃጢአት ስለተሸከመ ምን መደረግ አለበት?
10. በጉ ምንም ጥፋት አላጠፋም፡፡ መሞት ይገባው ነበር?
11. መጽሐፍ ቅዱስ የኃጢአት ቅጣት ሞት ነው ይላል፡፡ በጉ በማን ቦታ ነው የሞተው?
12. በጉ ጥፋት ካላጠፋ ለምን ተቀጣ?
13. ሰውየው እግዚአብሔር እንዳዘዘው በግ አመጣ፡፡ ይህን ያደረገበት ምክንያት እግዚአብሔር በግ የማይወድ መስሎት ነው ወይስ እግዚአብሔር የተናገረውን አምኖ ነው?
14. ሰዎች እግዚአብሔር የተናገረውን ካመኑ ሲሞቱ ወደ ሰማይ ይሄዳሉ፡፡ በሰማይ መኖር እንዲችሉ እግዚአብሔር የሚለውጣቸው እንዴት ነው?

ትክክልና ስህተት

እግዚአብሔር በመጀመሪያ ዓለምን ሲፈጥር እንከን የለሽ ነበረ፡፡

አዳምና ሔዋን ግን እግዚአብሔርን አልታዘዙም፡፡ከሰይጣን ወገን ቆሙ፡፡ ዓለም ተለውጦ የኀጢአትና የሞት ሥፍራ ሆነ፡፡ ሞት የመጣው በኀጢአት ምክንያት እንደሆነ መጽሐፍ ቅዱስ ይናገራል፡፡

ነገር ግን እግዚአብሔር አዳምና ሔዋንን ጨምሮ ሰዎችን ሁሉ ይወዳል፡፡ ሰዎች በኀጢአታቸው እንዲቀጡ አይፈልግም፡፡ ስለዚህ እግዚአብሔር አንድ ቀን አዳኝ እንደሚልክላቸው ቃል ገባላቸው፡፡ ኀጢአት ከሚያመጣው ኀዘን መዳን የሚፈልግ ማንኛውም ሰው መዳን ይችላል፡፡ አዳኙ ከሁለተኛው ሞትም ጭምር ሊያድናቸው ይችላል፡፡ እግዚአብሔር የተናገረውን ብቻ ነው ማመን ያለባቸው፤ ከዚያም እርሱ እንከን የለሽ አድርጎ በሰማይ እንዲኖሩ ያደርጋቸዋል፡፡

ይህ በጣም አስደሳች ዜና ነው፡፡

የሰራዊት አምላክ ሆይ፤ በአንተ የታመነ ሰው ብሩክ ነው፡፡ መዝሙር 84፡12

– ምዕራፍ ሰባት –

ትክክልና ስህተት

እግዚአብሔር በመጀመሪያ ዓለምን ሲፈጥር እንከን የለሽ ነበረ፡፡

አዳምና ሔዋን ግን እግዚአብሔርን አልታዘዙም፡፡ከሰይጣን ወገን ቆሙ፡፡ ዓለም ተለውጦ የኀጢአትና የሞት ሥፍራ ሆነ፡፡ ሞት የመጣው በኀጢአት ምክንያት እንደሆነ መጽሐፍ ቅዱስ ይናገራል፡፡

ነገር ግን እግዚአብሔር አዳምና ሔዋንን ጨምሮ ሰዎችን ሁሉ ይወዳል፡፡ ሰዎች በኀጢአታቸው እንዲቀጡ አይፈልግም፡፡ ስለዚህ እግዚአብሔር አንድ ቀን አዳኝ እንደሚልክላቸው ቃል ገባላቸው፡፡ ኀጢአት ከሚያመጣው ኀዘን መዳን የሚፈልግ ማንኛውም ሰው መዳን ይችላል፡፡ አዳኙ ከሁለተኛው ሞትም ጭምር ሊያድናቸው ይችላል፡፡ እግዚአብሔር የተናገረውን ብቻ ነው ማመን ያለባቸው፤ ከዚያም እርሱ እንከን የለሽ አድርጎ በሰማይ እንዲኖሩ ያደርጋቸዋል፡፡

ይህ በጣም አስደሳች ዜና ነው፡፡

የሰራዊት አምላክ ሆይ፤ በአንተ የታመነ ሰው ብሩክ ነው፡፡ መዝሙር 84፡12

102

እግዚአብሔር የሰዎችን ኀጢአት ማለፍና ምንም እንዳልሰሩ ማስመሰል አይችልም። ጥፋት ሁሉ መቀጣት አለበት። ስለዚህ እግዚአብሔር ሰዎችን ሳይቀጣ እንዴት አድርጎ ኀጢአትን እንደሚቀጣ ዕቅዱን እንዲረዱ አንድ ነገር እንዲያደርጉ አዘዛቸው።

እግዚአብሔር እንከን የሌለው ወንድ በግ ወደ መሰዊያው ሥፍራ እንዲያመጡ አዘዛቸው። በጉን ያመጣው ሰው እጁን በበጉ ራስ ላይ ሲያስቀምጥ የእርሱ ኀጢአት ወደ በጉ መተላለፉን ያሳያል። ይህም ልክ ኀጢአቱ ሁሉ ከሰውየው ላይ ተወስዶ ወደ በጉ እንደተላለፈ አይነት ነው። በጉም የሰውየውን ኀጢአት ስለተሸከመ ሰውየው ምንም ኀጢአት የለበትም፤ እንከን የለሽ ይሆናል። ታውቃላችሁ? እንከን የለሽ ሰዎች ፍጹም ከሆነው እግዚአብሔር ጋር በቤቱ መኖር ይችላሉ።

የሚቃጠል መሥዋዕት ሆኖ በሚቀርበው እንስሳ ራስ ላይም እጁን ይጫን፤ ይህም ያስተሰርይለት ዘንድ በምትኩ ተቀባይነት ያገኛል። ዘሌዋውያን 1:4

የጽድቅን መሥዋዕት አቅርቡ ፤ በእግዚአብሔርም ታመኑ። መዝሙር 4:5

– ምዕራፍ ሰባት –

እግዚአብሔር የሰዎችን ኀጢአት ማለፍና ምንም እንዳልሰሩ ማስመሰል አይችልም። ጥፋት ሁሉ መቀጣት አለበት። ስለዚህ እግዚአብሔር ሰዎችን ሳይቀጣ እንዴት አድርጎ ኀጢአትን እንደሚቀጣ ዕቅዱን እንዲረዱ አንድ ነገር እንዲያደርጉ አዘዛቸው።

እግዚአብሔር እንከን የሌለው ወንድ በግ ወደ መሰዊያው ሥፍራ እንዲያመጡ አዘዛቸው። በጉን ያመጣው ሰው እጁን በበጉ ራስ ላይ ሲያስቀምጥ የእርሱ ኀጢአት ወደ በጉ መተላለፉን ያሳያል። ይህም ልክ ኀጢአቱ ሁሉ ከሰውየው ላይ ተወስዶ ወደ በጉ እንደተላለፈ አይነት ነው። በጉም የሰውየውን ኀጢአት ስለተሸከመ ሰውየው ምንም ኀጢአት የለበትም፤ እንከን የለሽ ይሆናል። ታውቃላችሁ? እንከን የለሽ ሰዎች ፍጹም ከሆነው እግዚአብሔር ጋር በቤቱ መኖር ይችላሉ።

የሚቃጠል መሥዋዕት ሆኖ በሚቀርበው እንስሳ ራስ ላይም እጁን ይጫን፤ ይህም ያስተሰርይለት ዘንድ በምትኩ ተቀባይነት ያገኛል። ዘሌዋውያን 1:4

የጽድቅን መሥዋዕት አቅርቡ ፤ በእግዚአብሔርም ታመኑ። መዝሙር 4:5

104

ኀጢአት ሁሉ እንዴት መቀጣት እንዳለበት ታስታውሳላችሁ?

በጉ የሰውየውን ኀጢአት ሁሉ ስለወሰደ መሞት አለበት። ምክንያቱም የኀጢአት ቅጣት ሞት ስለሆነ ነው። በጉ በሰውየው ቦታ ሞተ። በጉ በሰውየው ምትክ ተቀጣ።

ማንኛውም ሰው በደል ቢፈጽም…ከመንጋው እንከን የሌለበትን አውራ በግ የበደል መሥዋዕት አድርጎ ለእግዚአብሔር ያቅርብ። …ይህም የበደል መሥዋዕት ነው። ዘሌዋውያን 5:15

…በደልህ ተወግዶልሃል፤ ኀጢአትህም ተሰርዮልሃል… ኢሳይያስ 6:7

– ምዕራፍ ሰባት –

ኀጢአት ሁሉ እንዴት መቀጣት እንዳለበት ታስታውሳላችሁ?

በጉ የሰውየውን ኀጢአት ሁሉ ስለወሰደ መሞት አለበት። ምክንያቱም የኀጢአት ቅጣት ሞት ስለሆነ ነው። በጉ በሰውየው ቦታ ሞተ። በጉ በሰውየው ምትክ ተቀጣ።

ማንኛውም ሰው በደል ቢፈጽም…ከመንጋው እንከን የሌለበትን አውራ በግ የበደል መሥዋዕት አድርጎ ለእግዚአብሔር ያቅርብ። …ይህም የበደል መሥዋዕት ነው። ዘሌዋውያን 5:15

…በደልህ ተወግዶልሃል፤ ኀጢአትህም ተሰርዮልሃል… ኢሳይያስ 6:7

106

አንዳንድ ሰዎች ግን የእግዚአብሔርን ዕቅድ አላመኑም፡፡ እንዲያውም የእግዚአብሔር ዕቅድ ትክክል እንደማይሆን ለሌሎች ነግረዋል፡፡ እንከን የለሽ ለመሆን እግዚአብሔር የተናገረውን ማመን የሚለው ሃሳብ በጣም ቀላል ሆነባቸው፤ ሌላ ተጨማሪ ነገር ማድረግ እንዳለባቸው ተሰማቸው፡፡ ስለዚህ የራሳቸውን ዕቅድ አመጡ፤ የራሳቸውንም ደንቦች አወጡ፡፡

እነርሱ የሰሩት ጥሩ ነገሮች ከሰሩት መጥፎ ነገሮች ከበለጡ እግዚአብሔር ይደሰታል አሉ፡፡ ደጎች ከሆኑና ጥሩ ከሰሩ በሰማይ ለመኖር ብቁ ያደርገናል አሉ፡፡

ነገር ግን ታውቃላችሁ? እነኚህ ሰዎች ከእግዚአብሔር ጋር እንከን የለሽ በሆነው ሰማይ ውስጥ ለመኖር ምን ያህል ጥሩ መሆን እንዳለባቸው አልተረዱም፡፡

ማንኛውም ሰው ኀጢአት ቢሠራ፣ እግዚአብሔር አታድርግ ብሎ ከከለከላቸው ትእዛዛት ሳያውቅ አንዱን ተላልፎ ቢገኝ በደለኛ ነው፤ በኀጢአቱም ይጠየቅበታል፡፡ ዘሌዋውያን 5:17

– ምዕራፍ ሰባት –

አንዳንድ ሰዎች ግን የእግዚአብሔርን ዕቅድ አላመኑም፡፡ እንዲያውም የእግዚአብሔር ዕቅድ ትክክል እንደማይሆን ለሌሎች ነግረዋል፡፡ እንከን የለሽ ለመሆን እግዚአብሔር የተናገረውን ማመን የሚለው ሃሳብ በጣም ቀላል ሆነባቸው፤ ሌላ ተጨማሪ ነገር ማድረግ እንዳለባቸው ተሰማቸው፡፡ ስለዚህ የራሳቸውን ዕቅድ አመጡ፤ የራሳቸውንም ደንቦች አወጡ፡፡

እነርሱ የሰሩት ጥሩ ነገሮች ከሰሩት መጥፎ ነገሮች ከበለጡ እግዚአብሔር ይደሰታል አሉ፡፡ ደጎች ከሆኑና ጥሩ ከሰሩ በሰማይ ለመኖር ብቁ ያደርገናል አሉ፡፡

ነገር ግን ታውቃላችሁ? እነኚህ ሰዎች ከእግዚአብሔር ጋር እንከን የለሽ በሆነው ሰማይ ውስጥ ለመኖር ምን ያህል ጥሩ መሆን እንዳለባቸው አልተረዱም፡፡

ማንኛውም ሰው ኀጢአት ቢሠራ፣ እግዚአብሔር አታድርግ ብሎ ከከለከላቸው ትእዛዛት ሳያውቅ አንዱን ተላልፎ ቢገኝ በደለኛ ነው፤ በኀጢአቱም ይጠየቅበታል፡፡ ዘሌዋውያን 5:17

108

ስለዚህ እግዚአብሔር አንዳንድ ነገሮችን አስረዳ።

አንዳንድ ነገር ቢሰርቁ፣የሰረቁት ነገር ትንሽ እንኳ ቢሆን ወደ ሰማይ ለመግባት ብቁ እንደማይሆኑ ተናገረ።

ገንዘብ ወይም ማንኛውንም ዐይነት ነገር ከእርሱ በላይ ከወደዱ እንከን የለሽ እንዳልሆኑ እግዚአብሔር ነገራቸው።

ቢናደዱ ኀጢአት እንደሆነ ነገራቸው።

ውሸት ቢናገሩ ያ ውሸት ትንሽ እንኳ ቢሆን እንከን የለሽ አልሆኑም ማለት ነው። ውሸት መናገር ኀጢአት ነው።

ለእናትና አባታቸው አንድ ጊዜ ብቻ እንኳ መጥፎ መልስ ቢሰጡ እንከን የለሽ መሆናቸው ይቀራል።

እንከን የለሽ የሆኑ ሰዎች ብቻ ፍጹም ከሆነው እግዚአብሔር ጋር መኖር ይችላሉ።

አባትህንና እናትህን አክብር፤…አትግደል። …አትስረቅ።በባልንጀራህ ላይ በሐሰት አትመስክር። ዘፀአት 20:12-16

የእግዚአብሔር ቃል …የልብንም ሐሳብና ምኞት ይመረምራል። ከእግዚአብሔር ዐይን የተሰወረ ምንም… የለም፤ ስለ ራሳችን መልስ መስጠት በሚገባን በእርሱ ፊት ሁሉም ነገር የተራቈተና የተገለጠ ነው። ዕብራውያን 4:12-13

— ምዕራፍ ሰባት —

ስለዚህ እግዚአብሔር አንዳንድ ነገሮችን አስረዳ።

አንዳንድ ነገር ቢሰርቁ፣የሰረቁት ነገር ትንሽ እንኳ ቢሆን ወደ ሰማይ ለመግባት ብቁ እንደማይሆኑ ተናገረ።

ገንዘብ ወይም ማንኛውንም ዐይነት ነገር ከእርሱ በላይ ከወደዱ እንከን የለሽ እንዳልሆኑ እግዚአብሔር ነገራቸው።

ቢናደዱ ኀጢአት እንደሆነ ነገራቸው።

ውሸት ቢናገሩ ያ ውሸት ትንሽ እንኳ ቢሆን እንከን የለሽ አልሆኑም ማለት ነው። ውሸት መናገር ኀጢአት ነው።

ለእናትና አባታቸው አንድ ጊዜ ብቻ እንኳ መጥፎ መልስ ቢሰጡ እንከን የለሽ መሆናቸው ይቀራል።

እንከን የለሽ የሆኑ ሰዎች ብቻ ፍጹም ከሆነው እግዚአብሔር ጋር መኖር ይችላሉ።

አባትህንና እናትህን አክብር፤…አትግደል። …አትስረቅ።በባልንጀራህ ላይ በሐሰት አትመስክር። ዘፀአት 20:12-16

የእግዚአብሔር ቃል …የልብንም ሐሳብና ምኞት ይመረምራል። ከእግዚአብሔር ዐይን የተሰወረ ምንም… የለም፤ ስለ ራሳችን መልስ መስጠት በሚገባን በእርሱ ፊት ሁሉም ነገር የተራቈተና የተገለጠ ነው። ዕብራውያን 4:12-13

109

በጠቅላላው እግዚአብሔር ዐሥር ትእዛዛትን ለሰዎች ሰጠ። እነሱም *ዐሥርቱ ትእዛዛት* ይባላሉ። እነኝህን ትእዛዛት ማንም እንዳይረሳ እግዚአብሔር በሁለት ጠፍጣፋ ድንጋዮች ላይ ፃፋቸው። ድንጋዮቹም ጽላቶች ይባላሉ። በድንጋይ ላይ የተቀረፁ ስለሆኑ ማንም የራሱን ትእዛዝ መጨመር ወይም ከተፃፈው መቀነስ አይችልም። የእግዚአብሔር ትእዛዛት በፍጹም አይለወጡም።

እግዚአብሔር እነኚህን በድንጋይ ጽላቶች ላይ የተቀረፁ ትእዛዛት ሙሴ ለሚባል ሰው ሰጠው። ሙሴም እግዚአብሔር የፃፈውን ትእዛዛት ለሰዎች ሁሉ ማሳየት ነበረበት።

ሰዎች ምንም ያህል ቢደክሙ የእግዚአብሔርን ዐሥር ትእዛዛት መፈፀም እንደማይችሉ ሁሉም ሰው መረዳት አለበት። ከእግዚብሔር ጋር ለመኖር የሚያበቃ መልካም ነገር የላቸውም፤ ኀጢአተኞች ነበሩ። ኀጢአት ከሚያመጣው ቅጣት ራሳቸውን ማዳን አልቻሉም።

የሚያድናቸው ያስፈልጋቸዋል። በግ ያስፈልጋቸዋል።

…ሕግን ሁሉ የሚፈጽም ነገር ግን በአንዱ የሚሰናከል ቢኖር፤ ሁሉን እንደተላለፈ ይቆጠራል። *ያዕቆብ* 2፡10

ስለዚህ ሕግን በመጠበቅ ማንም በእርሱ ፊት ጻድቅ ነው ሊባል አይችልም፤ ይልቁንም በሕግ አማካይነት ኀጢአትን እንገነዘባለን። ሮሜ 3፡20

– ምዕራፍ ሰባት –

በጠቅላላው እግዚአብሔር ዐሥር ትእዛዛትን ለሰዎች ሰጠ። እነሱም *ዐሥርቱ ትእዛዛት* ይባላሉ። እነኝህን ትእዛዛት ማንም እንዳይረሳ እግዚአብሔር በሁለት ጠፍጣፋ ድንጋዮች ላይ ፃፋቸው። ድንጋዮቹም ጽላቶች ይባላሉ። በድንጋይ ላይ የተቀረፁ ስለሆኑ ማንም የራሱን ትእዛዝ መጨመር ወይም ከተፃፈው መቀነስ አይችልም። የእግዚአብሔር ትእዛዛት በፍጹም አይለወጡም።

እግዚአብሔር እነኚህን በድንጋይ ጽላቶች ላይ የተቀረፁ ትእዛዛት ሙሴ ለሚባል ሰው ሰጠው። ሙሴም እግዚአብሔር የፃፈውን ትእዛዛት ለሰዎች ሁሉ ማሳየት ነበረበት።

ሰዎች ምንም ያህል ቢደክሙ የእግዚአብሔርን ዐሥር ትእዛዛት መፈፀም እንደማይችሉ ሁሉም ሰው መረዳት አለበት። ከእግዚብሔር ጋር ለመኖር የሚያበቃ መልካም ነገር የላቸውም፤ ኀጢአተኞች ነበሩ። ኀጢአት ከሚያመጣው ቅጣት ራሳቸውን ማዳን አልቻሉም።

የሚያድናቸው ያስፈልጋቸዋል። በግ ያስፈልጋቸዋል።

…ሕግን ሁሉ የሚፈጽም ነገር ግን በአንዱ የሚሰናከል ቢኖር፤ ሁሉን እንደተላለፈ ይቆጠራል። *ያዕቆብ* 2፡10

ስለዚህ ሕግን በመጠበቅ ማንም በእርሱ ፊት ጻድቅ ነው ሊባል አይችልም፤ ይልቁንም በሕግ አማካይነት ኀጢአትን እንገነዘባለን። ሮሜ 3፡20

110

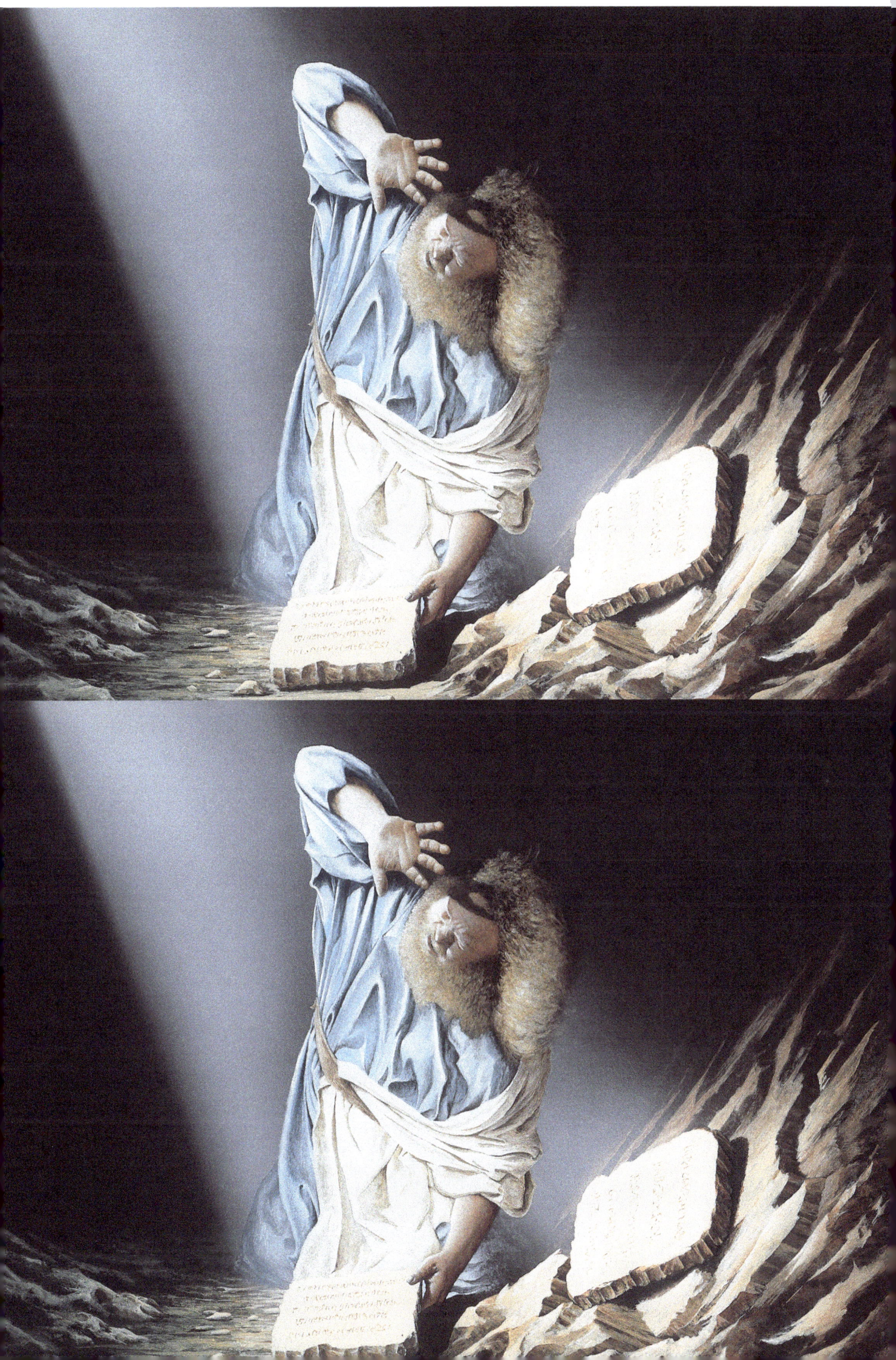

ጥያቄዎች ከምዕራፍ ሰባት

1. ሰዎች ኀጢአት ሲሰሩ እግዚአብሔር እንዳልሰሩ ማስመሰል ይችላል?
2. እግዚአብሔር ሰዎችን ሳይቀጣ ኀጢአትን እንዴት እንደሚቀጣ ለማሳየት አንድ ነገር እንዲያደርጉ አዘዛቸው። ያዘዛቸው ምን እንዲያመጡ ነበር?
3. በጉን ያመጣው ሰው እጁን በበጉ ራስ ላይ ያደርጋል። ይሄ ምንን ያሳያል?
4. በጉ አሁን የሰውየውን ኀጢአት ስለተሸከመ ምን ይሆናል?
5. ሞት የኀጢአት ቅጣት መሆኑን መጽሐፍ ቅዱስ ይነግረናል። በጉ በማን ቦታ ነው የሞተው?
6. አንዳንድ ሰዎች የእግዚአብሔርን ዕቅድ አልተቀበሉም፤ የራሳቸውን ትእዛዛት ፈጠሩ። እግዚአብሔርን ለማስደሰት ምን ማድረግ ያለባቸው መሰላቸው?
7. አንድ ሰው እንከን የለሽነቱን እንደያዘ ስንት ነገሮች መስረቅ ይችላል?
8. ሰዎች ገንዘብን ከእግዚአብሔር በላይ ሲወዱ መጽሐፍ ቅዱስ ይህን ምን ብሎ ይጠራዋል?
9. በትንሹ መዋሸት ተፈቅዷል?
10. በትንሹ መዋሸት ሰውን ኀጢአተኛ ያደርገዋል?
11. ሰዎች ሲናደዱ መጽሐፍ ቅዱስ ይህን ምን ብሎ ይጠራዋል?
12. ልጆች ለወላጆቻቸው መጥፎ መልስ ሲሰጡ መጽሐፍ ቅዱስ ይህን ምን ብሎ ይጠራዋል?
13. ሰዎች በልባችን የምናስበውን አያውቁም፤ እግዚአብሔርስ ምን ያህል ያውቃል?
14. በጣም ጥሩ ለመሆን ብንሞክር፣መጥፎ ባናስብና ባናደርግ እንከን የለሽ ሆነን በሰማይ መኖር እንችላለን?

ጥያቄዎች ከምዕራፍ ሰባት

1. ሰዎች ኀጢአት ሲሰሩ እግዚአብሔር እንዳልሰሩ ማስመሰል ይችላል?
2. እግዚአብሔር ሰዎችን ሳይቀጣ ኀጢአትን እንዴት እንደሚቀጣ ለማሳየት አንድ ነገር እንዲያደርጉ አዘዛቸው። ያዘዛቸው ምን እንዲያመጡ ነበር?
3. በጉን ያመጣው ሰው እጁን በበጉ ራስ ላይ ያደርጋል። ይሄ ምንን ያሳያል?
4. በጉ አሁን የሰውየውን ኀጢአት ስለተሸከመ ምን ይሆናል?
5. ሞት የኀጢአት ቅጣት መሆኑን መጽሐፍ ቅዱስ ይነግረናል። በጉ በማን ቦታ ነው የሞተው?
6. አንዳንድ ሰዎች የእግዚአብሔርን ዕቅድ አልተቀበሉም፤ የራሳቸውን ትእዛዛት ፈጠሩ። እግዚአብሔርን ለማስደሰት ምን ማድረግ ያለባቸው መሰላቸው?
7. አንድ ሰው እንከን የለሽነቱን እንደያዘ ስንት ነገሮች መስረቅ ይችላል?
8. ሰዎች ገንዘብን ከእግዚአብሔር በላይ ሲወዱ መጽሐፍ ቅዱስ ይህን ምን ብሎ ይጠራዋል?
9. በትንሹ መዋሸት ተፈቅዷል?
10. በትንሹ መዋሸት ሰውን ኀጢአተኛ ያደርገዋል?
11. ሰዎች ሲናደዱ መጽሐፍ ቅዱስ ይህን ምን ብሎ ይጠራዋል?
12. ልጆች ለወላጆቻቸው መጥፎ መልስ ሲሰጡ መጽሐፍ ቅዱስ ይህን ምን ብሎ ይጠራዋል?
13. ሰዎች በልባችን የምናስበውን አያውቁም፤ እግዚአብሔርስ ምን ያህል ያውቃል?
14. በጣም ጥሩ ለመሆን ብንሞክር፣መጥፎ ባናስብና ባናደርግ እንከን የለሽ ሆነን በሰማይ መኖር እንችላለን?

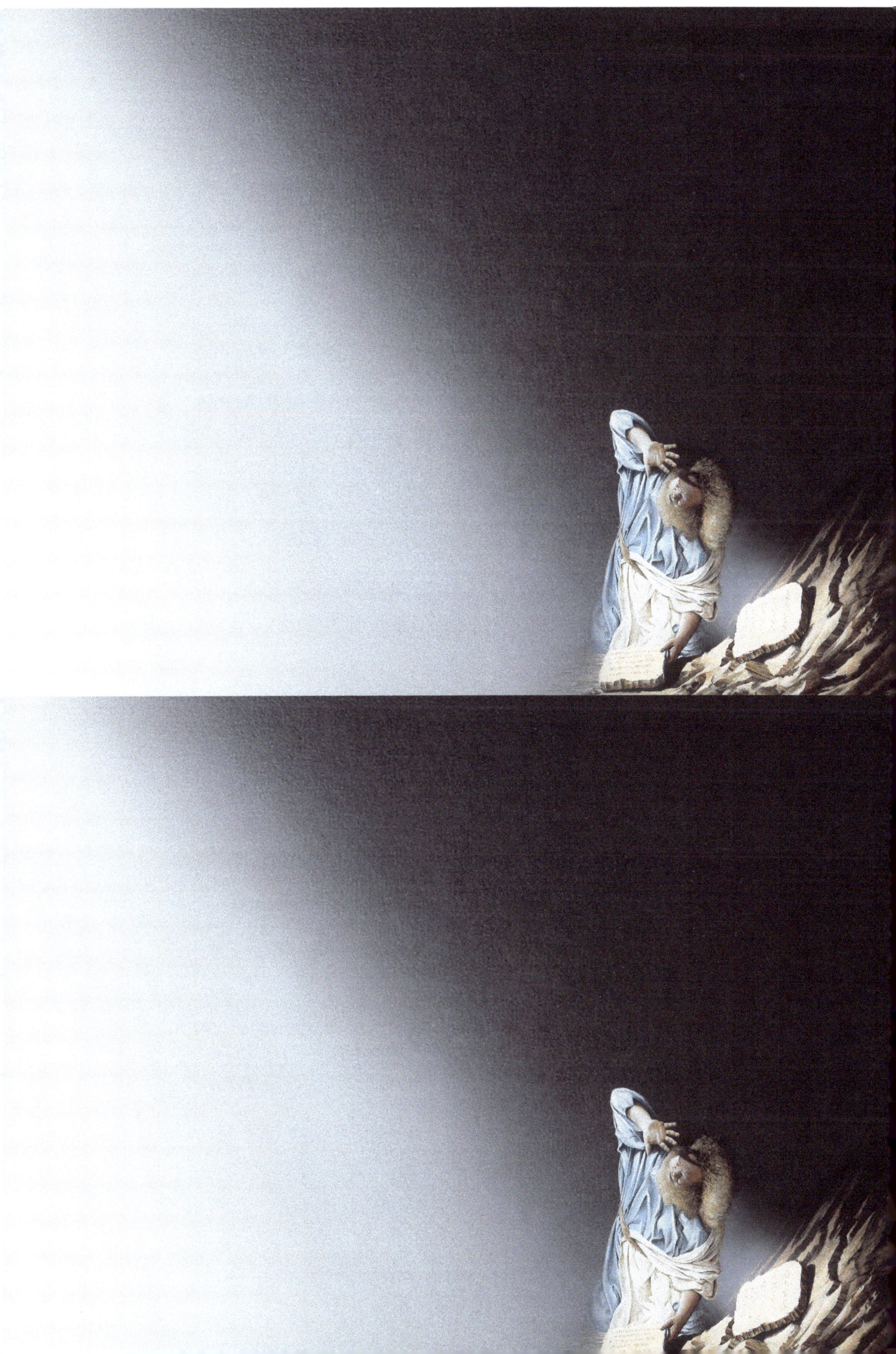

የቃል ኪዳኑ አዳኝ

መጽሐፍ ቅዱስ እንከን የለሽ የሆኑ ሰዎች ብቻ ፍጹም ከሆነው እግዚአብሔር ጋር መኖር ይችላሉ ይላል፡፡ ወንዶች ወይም ሴቶች ልጆች እማማና አባባም ቢሆኑ ሁላችንም አጥፍተናል፡፡ ሁሉም ኀጢአት መቀጣት ስላለበት አንድ ችግር ገጥሞናል ማለት ነው፡፡ ምክንያቱም ኀጢአት ስለሰራን እኛም መቀጣት አለብን፡፡ ይህ ደግሞ መጥፎ ዜና ነው፡፡

ግን እግዚአብሔር እንዴት ያለ ጥሩ ዜና እንዳለው ታስታውሳላችሁ? ዕቅዱን ታስታውሳላችሁ? እግዚአብሔር አዳኝ እንደሚያዘጋጅልንና አንድ ቀን ወደ ምድር እንደሚመጣ መጽሐፍ ቅዱስ ይናገራል፡፡

ይህ አዳኝ በኀጢአቱ ምክንያት ከሚደርስበት የሞት ቅጣት ማምለጥ የሚፈልገውን ሁሉ ያድናል፡፡

እኔ፣ እኔ እግዚአብሔር ነኝ፤ ከእኔም ሌላ የሚያድን የለም፡፡ ኢሳይያስ 43፡11

– ምዕራፍ ስምንት –

የቃል ኪዳኑ አዳኝ

መጽሐፍ ቅዱስ እንከን የለሽ የሆኑ ሰዎች ብቻ ፍጹም ከሆነው እግዚአብሔር ጋር መኖር ይችላሉ ይላል፡፡ ወንዶች ወይም ሴቶች ልጆች እማማና አባባም ቢሆኑ ሁላችንም አጥፍተናል፡፡ ሁሉም ኀጢአት መቀጣት ስላለበት አንድ ችግር ገጥሞናል ማለት ነው፡፡ ምክንያቱም ኀጢአት ስለሰራን እኛም መቀጣት አለብን፡፡ ይህ ደግሞ መጥፎ ዜና ነው፡፡

ግን እግዚአብሔር እንዴት ያለ ጥሩ ዜና እንዳለው ታስታውሳላችሁ? ዕቅዱን ታስታውሳላችሁ? እግዚአብሔር አዳኝ እንደሚያዘጋጅልንና አንድ ቀን ወደ ምድር እንደሚመጣ መጽሐፍ ቅዱስ ይናገራል፡፡

ይህ አዳኝ በኀጢአቱ ምክንያት ከሚደርስበት የሞት ቅጣት ማምለጥ የሚፈልገውን ሁሉ ያድናል፡፡

እኔ፣ እኔ እግዚአብሔር ነኝ፤ ከእኔም ሌላ የሚያድን የለም፡፡ ኢሳይያስ 43፡11

114

Psalm Eighty
Psalm Eighty One
Psalm Eighty Two

Psalm Eighty
Psalm Eighty One
Psalm Eighty Two

ለዘመናት ሰዎች አዳኙ የሚመጣበትን ጊዜ በተስፋ ይጠብቁ ነበር። እየጠበቁም ሳለ እግዚአብሔር እነርሱን ሳይሆን ኀጢአታቸውን እንዴት እንደሚቀጣ እንዲገባቸው አንድ ነገር እንዲያደርጉ አዘዛቸው።

እንከን የሌለበት በግ ወደ መሰዊያው እንዲያመጡ እግዚአብሔር ነገራቸው። በጉን ያመጣው ሰው እጁን በበጉ ራስ ላይ ያደርጋል። ይህም ኀጢአቱ ከሰውየው ወደ በጉ መተላለፉን ለማሳየት ነው። ከዚህ በኋላ በጉ መሞት አለበት። የኀጢአት ቅጣት ሞት ነውና።

በጉ በሰውየው ፋንታ ሞተ። ይህም እግዚአብሔር ሰዎቹን ሳይሆን ኀጢአታቸውን እንዴት እንደሚቀጣ ያሳያል።

ስለዚህ መንገዱ ይኸው ነው። ለረጅም ዓመታት ሰዎች አዳኙ የሚመጣበትን ጊዜ በተስፋ ይጠብቁ ነበር። ማን ይሆን ብለው ይደነቁ ነበር። ስሙ ማን ይሆን? እንዴት ይመጣ ይሆን? እንዴት ያድናቸው ይሆን?

እግዚአብሔርን ደጅ እጠናለሁ፤ ነፍሴም በትዕግሥት ትጠብቀዋለች፤... በእግዚአብሔር ዘንድ ምሕረት፣ በእርሱም ዘንድ ማዳን አለና፣ እስራኤል ሆይ፤ በእግዚአብሔር ተስፋ አድርግ። እርሱም እስራኤልን፣ ከኀጢአቱ ሁሉ ያድነዋል። መዝሙር 130:5፣7-8

– ምዕራፍ ስምንት –

ለዘመናት ሰዎች አዳኙ የሚመጣበትን ጊዜ በተስፋ ይጠብቁ ነበር። እየጠበቁም ሳለ እግዚአብሔር እነርሱን ሳይሆን ኀጢአታቸውን እንዴት እንደሚቀጣ እንዲገባቸው አንድ ነገር እንዲያደርጉ አዘዛቸው።

እንከን የሌለበት በግ ወደ መሰዊያው እንዲያመጡ እግዚአብሔር ነገራቸው። በጉን ያመጣው ሰው እጁን በበጉ ራስ ላይ ያደርጋል። ይህም ኀጢአቱ ከሰውየው ወደ በጉ መተላለፉን ለማሳየት ነው። ከዚህ በኋላ በጉ መሞት አለበት። የኀጢአት ቅጣት ሞት ነውና።

በጉ በሰውየው ፋንታ ሞተ። ይህም እግዚአብሔር ሰዎቹን ሳይሆን ኀጢአታቸውን እንዴት እንደሚቀጣ ያሳያል።

ስለዚህ መንገዱ ይኸው ነው። ለረጅም ዓመታት ሰዎች አዳኙ የሚመጣበትን ጊዜ በተስፋ ይጠብቁ ነበር። ማን ይሆን ብለው ይደነቁ ነበር። ስሙ ማን ይሆን? እንዴት ይመጣ ይሆን? እንዴት ያድናቸው ይሆን?

እግዚአብሔርን ደጅ እጠናለሁ፤ ነፍሴም በትዕግሥት ትጠብቀዋለች፤... በእግዚአብሔር ዘንድ ምሕረት፣ በእርሱም ዘንድ ማዳን አለና፣ እስራኤል ሆይ፤ በእግዚአብሔር ተስፋ አድርግ። እርሱም እስራኤልን፣ ከኀጢአቱ ሁሉ ያድነዋል። መዝሙር 130:5፣7-8

116

በመጨረሻም ቀኑ ደረሰ። አዳኙ ወደ ምድር መጣ! እናም ታውቃላችሁ? አዳኙ ራሱ እግዚአብሔር ነበር። አዎ እግዚአብሔር ወደ ምድር መጣ። ይህ የሚያስደንቅ አይደለምን?

አዳኝ ለመሆን እግዚአብሔር ሰው ሆነ። ይህ ማለት ግን አምላክ መሆኑ ይቀራል ማለት አይደለም፤ ነገር ግን ጌታ እኛን ለማዳን እንደኛ ሰው መሆን እንዳለበት ያውቃል። ስለዚህ እንደማንኛውም ሴት ወይም ወንድ ሕፃን ወደዚህ ዓለም ሕፃን ሆኖ መጣ።

ከተራ ቤተሰብ ተወለደ። እናቱ ስሟ ማርያም ይባላል። የእጮኛዋ ስም ዮሴፍ ይባላል። ከተራ ቤተሰብ ቢወለድም ሕፃኑ ግን ልዩ ነበረ።

ሕፃኑ ራሱ እግዚአብሔር ነበር።

ሕፃን ተወልዶልናልና፤ ወንድ ልጅ ተሰጥቶናል፤... ስሙም፣ ድንቅ መካር፣ ኃያል አምላክ፣ የዘላለም አባት፣ የሰላም ልዑል ይባላል። ኢሳይያስ 9:6

– ምዕራፍ ስምንት –

በመጨረሻም ቀኑ ደረሰ። አዳኙ ወደ ምድር መጣ! እናም ታውቃላችሁ? አዳኙ ራሱ እግዚአብሔር ነበር። አዎ እግዚአብሔር ወደ ምድር መጣ። ይህ የሚያስደንቅ አይደለምን?

አዳኝ ለመሆን እግዚአብሔር ሰው ሆነ። ይህ ማለት ግን አምላክ መሆኑ ይቀራል ማለት አይደለም፤ ነገር ግን ጌታ እኛን ለማዳን እንደኛ ሰው መሆን እንዳለበት ያውቃል። ስለዚህ እንደማንኛውም ሴት ወይም ወንድ ሕፃን ወደዚህ ዓለም ሕፃን ሆኖ መጣ።

ከተራ ቤተሰብ ተወለደ። እናቱ ስሟ ማርያም ይባላል። የእጮኛዋ ስም ዮሴፍ ይባላል። ከተራ ቤተሰብ ቢወለድም ሕፃኑ ግን ልዩ ነበረ።

ሕፃኑ ራሱ እግዚአብሔር ነበር።

ሕፃን ተወልዶልናልና፤ ወንድ ልጅ ተሰጥቶናል፤... ስሙም፣ ድንቅ መካር፣ ኃያል አምላክ፣ የዘላለም አባት፣ የሰላም ልዑል ይባላል። ኢሳይያስ 9:6

118

ጌታ በሐኪም ቤት ውስጥ የተወለደ ሕፃን አልነበረም። እርሱ የተወለደው በጎችና ጠቦቶች በሚጠለሉበት በረት ውስጥ ነበር።

የመጀመሪያ ጠያቂዎቹ በጎችን የሚንከባከቡና ምንም አደጋ እንዳይደርስባቸው የሚጠብቁ እረኞች ናቸው።

እግዚአብሔር ወደ መሬት ሲመጣ ስሙ ኢየሱስ ተባለ። ኢየሱስ የሚለው ስም ትርጉሙ የሚያድን እግዚአብሔር ነው ማለት ነው።

ኢየሱስ እግዚአብሔር ለአዳምና ሔዋን ከረጅም ዓመታት በፊት ቃል የገባላቸው አዳኝ ነው። የመጣው በኀጢአታችን ከሚደርስብን የሞት ቅጣት ሊያድነን ነው።

…ልጇ የሆነውን ወንድ ልጅ ወለደች፤ በጨርቅም ጠቀለለችው፤…በግርግም አስተኛችው። ሉቃስ 2፡7

…በሌሊት መንጋቸውን ሲጠብቁ በሜዳ የሚያድሩ እረኞች ነበሩ። የጌታም መልአክ ድንገት መጥቶ በአጠገባቸው ቆመ፤ …እንዲህ አላቸው፤ …ለሕዝቡ ሁሉ የሚሆን ታላቅ ደስታ አምጥቼላችኋለሁና። ዛሬ…መድኀን ተወልዶላችኋልና፤ እርሱም ጌታ ክርስቶስ ነው። …ሕፃን ልጅ በጨርቅ ተጠቅልሎ በግርግም ተኝቶ ታገኙታላችሁ። ሉቃስ 2፡ 8-12

የተወለደውንም ሕፃን፣ "ኢየሱስ" ብሎ ጠራው። ማቴዎስ 1፡25

– ምዕራፍ ስምንት –

ጌታ በሐኪም ቤት ውስጥ የተወለደ ሕፃን አልነበረም። እርሱ የተወለደው በጎችና ጠቦቶች በሚጠለሉበት በረት ውስጥ ነበር።

የመጀመሪያ ጠያቂዎቹ በጎችን የሚንከባከቡና ምንም አደጋ እንዳይደርስባቸው የሚጠብቁ እረኞች ናቸው።

እግዚአብሔር ወደ መሬት ሲመጣ ስሙ ኢየሱስ ተባለ። ኢየሱስ የሚለው ስም ትርጉሙ የሚያድን እግዚአብሔር ነው ማለት ነው።

ኢየሱስ እግዚአብሔር ለአዳምና ሔዋን ከረጅም ዓመታት በፊት ቃል የገባላቸው አዳኝ ነው። የመጣው በኀጢአታችን ከሚደርስብን የሞት ቅጣት ሊያድነን ነው።

…ልጇ የሆነውን ወንድ ልጅ ወለደች፤ በጨርቅም ጠቀለለችው፤…በግርግም አስተኛችው። ሉቃስ 2፡7

…በሌሊት መንጋቸውን ሲጠብቁ በሜዳ የሚያድሩ እረኞች ነበሩ። የጌታም መልአክ ድንገት መጥቶ በአጠገባቸው ቆመ፤ …እንዲህ አላቸው፤ …ለሕዝቡ ሁሉ የሚሆን ታላቅ ደስታ አምጥቼላችኋለሁና። ዛሬ…መድኀን ተወልዶላችኋልና፤ እርሱም ጌታ ክርስቶስ ነው። …ሕፃን ልጅ በጨርቅ ተጠቅልሎ በግርግም ተኝቶ ታገኙታላችሁ። ሉቃስ 2፡ 8-12

የተወለደውንም ሕፃን፣ "ኢየሱስ" ብሎ ጠራው። ማቴዎስ 1፡25

120

– ምዕራፍ ስምንት –

ኢየሱስ በምድር ላይ በነበረበት ጊዜ ብዙ ድንቅ ነገሮች አድርጓል። ብዙ ጊዜ የማይከሰቱ እጅግ በጣም የሚገርሙ ነገሮች ሆነዋል።

እውሮች ተደናቀፈው እንዳይወድቁ እንዲያዩ አድርጓል፣ መራመድ የማይችሉትን ፈውሶ እንዲሮጡና እንዲጫወቱ አድርጓል። ኢየሱስ ትንሽ ልጅን ከሞት አስነስቶ ጓደኞቿ ሁሉ እንደገና እንዲደሰቱ አድርጓል። ትንሽ ልጅ ከያዘው ምሳ ብዙ ሕዝብን መግቦ ማንም እንዳይራብ አድርጓል።

ኢየሱስ ይህን ሁሉ የፈጸመው ሰዎች እግዚአብሔር እንደሆነ እንዲያውቁ ነው።

እርሱ ሰዎችን ይወዳል።

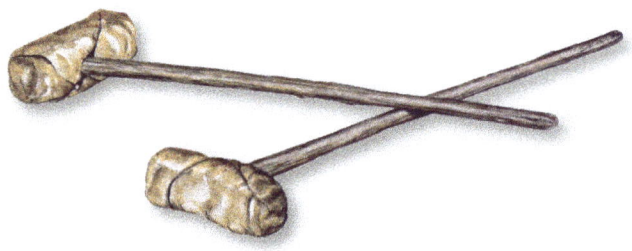

ኢየሱስም…የምሥራች ቃል እየሰበከ፣ በሕዝቡ መካከል ማንኛውንም ደዌና ሕመም እየፈወሰ በመላው ገሊላ ይዘዋወር ነበር። …ሕዝቡም በተለያዩ በሽታዎች የታመሙትን፣ በክፉ ደዌ የሚሠቃዩትን፣ አጋንንት ያደሩባቸውን፣ የሚጥል በሽታ ያለባቸውን፣ ሽባዎችን ሁሉ ወደ እርሱ አመጡ፤ ፈወሳቸውም። ማቴዎስ 4፡ 23-24

– ምዕራፍ ስምንት –

ኢየሱስ በምድር ላይ በነበረበት ጊዜ ብዙ ድንቅ ነገሮች አድርጓል። ብዙ ጊዜ የማይከሰቱ እጅግ በጣም የሚገርሙ ነገሮች ሆነዋል።

እውሮች ተደናቀፈው እንዳይወድቁ እንዲያዩ አድርጓል፣ መራመድ የማይችሉትን ፈውሶ እንዲሮጡና እንዲጫወቱ አድርጓል። ኢየሱስ ትንሽ ልጅን ከሞት አስነስቶ ጓደኞቿ ሁሉ እንደገና እንዲደሰቱ አድርጓል። ትንሽ ልጅ ከያዘው ምሳ ብዙ ሕዝብን መግቦ ማንም እንዳይራብ አድርጓል።

ኢየሱስ ይህን ሁሉ የፈጸመው ሰዎች እግዚአብሔር እንደሆነ እንዲያውቁ ነው።

እርሱ ሰዎችን ይወዳል።

ኢየሱስም…የምሥራች ቃል እየሰበከ፣ በሕዝቡ መካከል ማንኛውንም ደዌና ሕመም እየፈወሰ በመላው ገሊላ ይዘዋወር ነበር። …ሕዝቡም በተለያዩ በሽታዎች የታመሙትን፣ በክፉ ደዌ የሚሠቃዩትን፣ አጋንንት ያደሩባቸውን፣ የሚጥል በሽታ ያለባቸውን፣ ሽባዎችን ሁሉ ወደ እርሱ አመጡ፤ ፈወሳቸውም። ማቴዎስ 4፡ 23-24

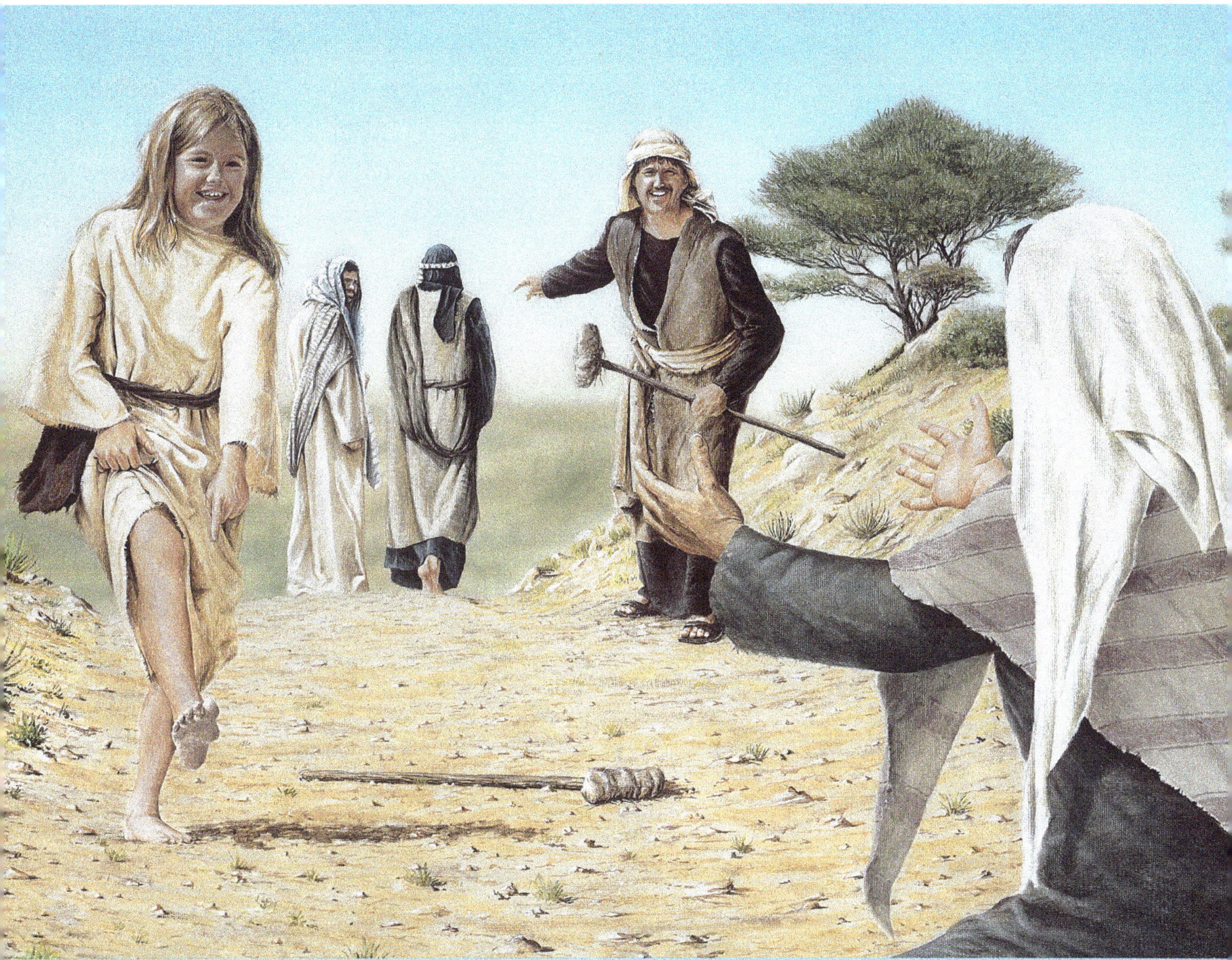

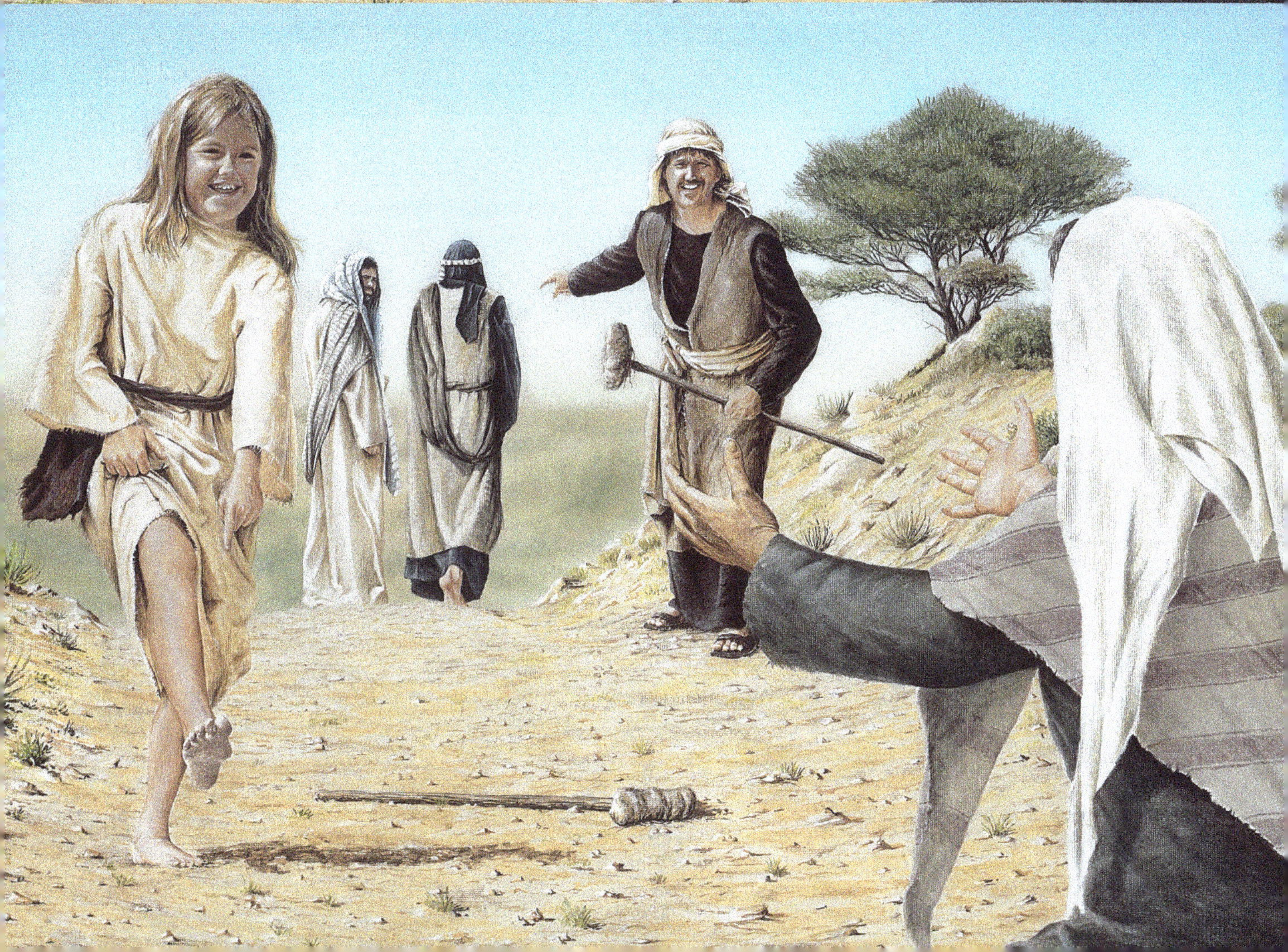

አንድ ምሽት የኢየሱስ ጓደኞች በጀልባ አንድ ትልቅ ሐይቅ ሲያቋርጡ አስጨናቂ ማዕበል መጣባቸው። ነፋሱ ኃይለኛ ነበርና አስፈሪ ማእበል ከጀልባው ጋር ይላተም ጀመር።

ሰዎቹ ሌሊቱን ሙሉ ጀልባውን ወደ ዳር ለማውጣት ቀዘፉ። ነገር ግን ነፋሱ በጣም ኃይለኛ ነበር። ሊነጋጋ ሲል አንድ ሰው በውሃ ላይ እየተራመደ ሲመጣ አዩት፤እነርሱም የሙት መንፈስ ስለመሰላቸው በጣም ፈሩ።

ነገር ግን "እኔ ነኝ አትፍሩ" የሚል ድምፅ ሰሙ። ኢየሱስ ነበር!

በጀልባው ላይ ከነበሩት ሰዎች አንዱ ጴጥሮስ እንዲህ ሲል ወደ ኢየሱስ ጮኸ "አንተ ከሆንክስ በውሃው ላይ እየተራመድሁ ወደ አንተ እንድመጣ እዘዘኝ" አለው።

ኢየሱስም "ና " አለው።

ጴጥሮስም ከጀልባው ወጥቶ እየተራመደ ወደ ኢየሱስ መሄድ ጀመረ።

ከሌሊቱ…ኢየሱስ በባሕሩ ላይ እየተራመደ ደቀ መዛሙርቱ ወዳሉበት መጣ። …ጴጥሮስም፣ “ጌታ ሆይ አንተ ከሆንክስ፣ በውሃው ላይ እየተራመድሁ ወደ አንተ እንድመጣ እዘዘኝ” አለው። እርሱም “ና” አለው። ጴጥሮስም፣ ከጀልባው ወርዶ በውሃው እየተራመደ ወደ ኢየሱስ አመራ። ማቴዎስ 14፡25፤28-29

– ምዕራፍ ስምንት –

አንድ ምሽት የኢየሱስ ጓደኞች በጀልባ አንድ ትልቅ ሐይቅ ሲያቋርጡ አስጨናቂ ማዕበል መጣባቸው። ነፋሱ ኃይለኛ ነበርና አስፈሪ ማእበል ከጀልባው ጋር ይላተም ጀመር።

ሰዎቹ ሌሊቱን ሙሉ ጀልባውን ወደ ዳር ለማውጣት ቀዘፉ። ነገር ግን ነፋሱ በጣም ኃይለኛ ነበር። ሊነጋጋ ሲል አንድ ሰው በውሃ ላይ እየተራመደ ሲመጣ አዩት፤እነርሱም የሙት መንፈስ ስለመሰላቸው በጣም ፈሩ።

ነገር ግን "እኔ ነኝ አትፍሩ" የሚል ድምፅ ሰሙ። ኢየሱስ ነበር!

በጀልባው ላይ ከነበሩት ሰዎች አንዱ ጴጥሮስ እንዲህ ሲል ወደ ኢየሱስ ጮኸ "አንተ ከሆንክስ በውሃው ላይ እየተራመድሁ ወደ አንተ እንድመጣ እዘዘኝ" አለው።

ኢየሱስም "ና " አለው።

ጴጥሮስም ከጀልባው ወጥቶ እየተራመደ ወደ ኢየሱስ መሄድ ጀመረ።

ከሌሊቱ…ኢየሱስ በባሕሩ ላይ እየተራመደ ደቀ መዛሙርቱ ወዳሉበት መጣ። …ጴጥሮስም፣ “ጌታ ሆይ አንተ ከሆንክስ፣ በውሃው ላይ እየተራመድሁ ወደ አንተ እንድመጣ እዘዘኝ” አለው። እርሱም “ና” አለው። ጴጥሮስም፣ ከጀልባው ወርዶ በውሃው እየተራመደ ወደ ኢየሱስ አመራ። ማቴዎስ 14፡25፤28-29

124

ነገር ግን ጴጥሮስ ማዕበሉንና ነፋሱን ሲያይ ፈርቶ መስመጥ ጀመረ። በዚህን ጊዜ ምን ማድረግ አለበት? በራሱ መታገል ይችላል ወይም ኢየሱስ እንዲያድነው መጣራት ይችላል።

ማንን ማመን አለበት?

ጴጥሮስ ራሱን ማዳን እንደማይችል ተገነዘበ፤ ሊያድነው የሚችለው ኢየሱስ ብቻ ነው። "ጌታ ሆይ አድነኝ! "ብሎ ጮኸ። ኢየሱስም እጁን ዘርግቶ ጴጥሮስን ሳበው። ጴጥሮስ ትክክለኛ ምርጫ ነው ያደረገው።

ልክ ጴጥሮስ ራሱን ከመስመጥ ማዳን እንደማይችል ሁሉ እኛም ራሳችንን በኀጢአት ከመቀጣት ማዳን አንችልም፤ አዳኝ ያስፈልገናል።

ኢየሱስ አዳኛችን ነው። እርሱን ማመን አለብን።

ነገር ግን የነፋሱን ኀይል ባየው ጊዜ ፈራ፤ መስጠምም ሲጀምር፣ "ጌታ ሆይ፤ አድነኝ!" ብሎ ጮኸ። ኢየሱስም ወዲያውኑ እጁን ዘርግቶ ያዘውና፣ "አንተ እምነት የጐደለህ፤ ለምን ተጠራጠርህ?" አለው። ማቴዎስ14፡ 30-31

– ምዕራፍ ስምንት –

ነገር ግን ጴጥሮስ ማዕበሉንና ነፋሱን ሲያይ ፈርቶ መስመጥ ጀመረ። በዚህን ጊዜ ምን ማድረግ አለበት? በራሱ መታገል ይችላል ወይም ኢየሱስ እንዲያድነው መጣራት ይችላል።

ማንን ማመን አለበት?

ጴጥሮስ ራሱን ማዳን እንደማይችል ተገነዘበ፤ ሊያድነው የሚችለው ኢየሱስ ብቻ ነው። "ጌታ ሆይ አድነኝ! "ብሎ ጮኸ። ኢየሱስም እጁን ዘርግቶ ጴጥሮስን ሳበው። ጴጥሮስ ትክክለኛ ምርጫ ነው ያደረገው።

ልክ ጴጥሮስ ራሱን ከመስመጥ ማዳን እንደማይችል ሁሉ እኛም ራሳችንን በኀጢአት ከመቀጣት ማዳን አንችልም፤ አዳኝ ያስፈልገናል።

ኢየሱስ አዳኛችን ነው። እርሱን ማመን አለብን።

ነገር ግን የነፋሱን ኀይል ባየው ጊዜ ፈራ፤ መስጠምም ሲጀምር፣ "ጌታ ሆይ፤ አድነኝ!" ብሎ ጮኸ። ኢየሱስም ወዲያውኑ እጁን ዘርግቶ ያዘውና፣ "አንተ እምነት የጐደለህ፤ ለምን ተጠራጠርህ?" አለው። ማቴዎስ14፡ 30-31

126

ጥያቄዎች ከምዕራፍ ስምንት

1. አዳኝ ለመሆን ሰማይን የተወው ማን ነው?
2. አዳኝ ለመሆን እግዚአብሔር ሰው ሆነ፡፡ ይህ ማለት አምላክ መሆን አቆመ ማለት ነው?
3. ጌታ እኛን ለማዳን መንገዱ እንደኛ መሆን ብቻ መሆኑን ያውቃል፡፡ እርሱ ወደ ምድር እንዴት መጣ?
4. ጌታ ሕፃን ሆኖ በጎችና ጠቦቶች በሚጠለሉበት ግርግም ውስጥ ተወለደ፡፡ የመጀመሪያ ጠያቂዎቹ እነማን ነበሩ?
5. እግዚአብሔር ወደ መሬት ሲመጣ የተሰጠው ስም ማን ይባላል?
6. ኢየሱስ የሚለው ስም የሚያድን እግዚአብሔር ነው ማለት ነው፡፡ ኢየሱስ ሌላስ ማን ተብሎ ይጠራል?
7. ኢየሱስ እውሮች እንዲያዩ፣ መራመድ የማይችሉ እንዲራመዱ የሞቱትንም ወደ ሕይወት ያመጣው ለምንድነው?
8. ጴጥሮስና ጓደኞቹ በውሃ ላይ እየተራመደ ሲመጣ ያዩት ማንን ነው?
9. ጴጥሮስ ማዕበልና ነፋሱን ማየት ሲጀምር ምን ተፈጠረ?
10. ጴጥሮስ በራሱ መታገል ወይም ደግሞ እንዲያድነው ኢየሱስን መጥራት ይችላል፡፡ እርሱ ምን አደረገ?

ጥያቄዎች ከምዕራፍ ስምንት

1. አዳኝ ለመሆን ሰማይን የተወው ማን ነው?
2. አዳኝ ለመሆን እግዚአብሔር ሰው ሆነ፡፡ ይህ ማለት አምላክ መሆን አቆመ ማለት ነው?
3. ጌታ እኛን ለማዳን መንገዱ እንደኛ መሆን ብቻ መሆኑን ያውቃል፡፡ እርሱ ወደ ምድር እንዴት መጣ?
4. ጌታ ሕፃን ሆኖ በጎችና ጠቦቶች በሚጠለሉበት ግርግም ውስጥ ተወለደ፡፡ የመጀመሪያ ጠያቂዎቹ እነማን ነበሩ?
5. እግዚአብሔር ወደ መሬት ሲመጣ የተሰጠው ስም ማን ይባላል?
6. ኢየሱስ የሚለው ስም የሚያድን እግዚአብሔር ነው ማለት ነው፡፡ ኢየሱስ ሌላስ ማን ተብሎ ይጠራል?
7. ኢየሱስ እውሮች እንዲያዩ፣ መራመድ የማይችሉ እንዲራመዱ የሞቱትንም ወደ ሕይወት ያመጣው ለምንድነው?
8. ጴጥሮስና ጓደኞቹ በውሃ ላይ እየተራመደ ሲመጣ ያዩት ማንን ነው?
9. ጴጥሮስ ማዕበልና ነፋሱን ማየት ሲጀምር ምን ተፈጠረ?
10. ጴጥሮስ በራሱ መታገል ወይም ደግሞ እንዲያድነው ኢየሱስን መጥራት ይችላል፡፡ እርሱ ምን አደረገ?

እንከን የለሹ በጋችን

ያኔ በመጀመሪያ አዳምና ሔዋን የመጀመሪያውን ኀጢአት ሲሰሩ እግዚአብሔር አንድ ቀን አዳኝ የተባለ ልዩ ሰው እንደሚልክላቸው ቃል ገባላቸው። አዳኙ ሰዎችን ከሁለተኛ ሞትና ኀጢአት ከሚያመጣው ሃዘን ያድናቸዋል።

የአዳኙ መምጫ ጊዜ ሲደርስ እግዚአብሔር ራሱ ሰማይን ትቶ ወደ ምድር መጣ። አዳኙ ፈጣሪ እግዚአብሔር ነበር። ስሙም ኢየሱስ ይባላል። ትርጓሜውም የሚያድነን እግዚአብሔር ነው ማለት ነው።

ድነት በሌላ በማንም አይገኝም፤ እንድንበት ዘንድ ለሰዎች የተሰጠ ከዚህ ስም በስተቀር ሌላ ስም ከሰማይ በታች የለምና። የሐዋርያት 4፡12

– ምዕራፍ ዘጠኝ –

እንከን የለሹ በጋችን

ያኔ በመጀመሪያ አዳምና ሔዋን የመጀመሪያውን ኀጢአት ሲሰሩ እግዚአብሔር አንድ ቀን አዳኝ የተባለ ልዩ ሰው እንደሚልክላቸው ቃል ገባላቸው። አዳኙ ሰዎችን ከሁለተኛ ሞትና ኀጢአት ከሚያመጣው ሃዘን ያድናቸዋል።

የአዳኙ መምጫ ጊዜ ሲደርስ እግዚአብሔር ራሱ ሰማይን ትቶ ወደ ምድር መጣ። አዳኙ ፈጣሪ እግዚአብሔር ነበር። ስሙም ኢየሱስ ይባላል። ትርጓሜውም የሚያድነን እግዚአብሔር ነው ማለት ነው።

ድነት በሌላ በማንም አይገኝም፤ እንድንበት ዘንድ ለሰዎች የተሰጠ ከዚህ ስም በስተቀር ሌላ ስም ከሰማይ በታች የለምና። የሐዋርያት 4፡12

130

ኢየሱስ ልክ እንደማንኛውም ሰው ጓደኞቹን እየጎበኘ፣ እየሰራ፣ እየተመገበ፣እየተኛ፣ ብዙ ቦታዎች እየተጓዘ በምድር ላይ ኖረ። ነገር ግን ኢየሱስ ከእኔና ከእናንተ የተለየ ነበረ። ኢየሱስ ፈጽሞ ምንም ዓይነት ስህተት ሰርቶ አያውቅም።

በምድር ላይ በኖረበት ጊዜ ሁሉ ትንሽ ልጅ የነበረ ጊዜ እንኳን በፍጹም አንድም መጥፎ ነገር አድርጎ አያውቅም። ትንሽም ነገር እንኳን ቢሆን። ፍጹም የሆነ ኑሮ የኖረና ፈጽሞ ኀጢአት ያልሰራ ኢየሱስ ብቻ ነው።

ኢየሱስ ኀጢአት የለሽ ኑሮ ስለኖረ ቅጣት የሚገባው ኀጢአት አልነበረውም። መሞትም አያስፈልገውም ነበር። ሰዎች በኀጢአት ምክንያት ይሞታሉ፤ ኢየሱስ ግን በፍጹም ኀጢአት አልሰራም።

ስለዚህ ስለ እነርሱ እየማለደ ሁልጊዜ በሕይወት ስለሚኖር፣በእርሱ በኩል ወደ እግዚአብሔር የሚመጡትን ፈጽሞ ሊያድናቸው ይችላል። …ቅዱስ፣ ነቀፋ የሌለበት፣ ንጹሕ፣ ከኀጢአተኞች የተለየና ከሰማያት በላይ የከበረ…ስለራሱ ኀጢአት…በየቀኑ መሥዋዕት ማቅረብ አያስፈልገውም፤… ዕብራውያን 7:25-27

– ምዕራፍ ዘጠኝ –

ኢየሱስ ልክ እንደማንኛውም ሰው ጓደኞቹን እየጎበኘ፣ እየሰራ፣ እየተመገበ፣እየተኛ፣ ብዙ ቦታዎች እየተጓዘ በምድር ላይ ኖረ። ነገር ግን ኢየሱስ ከእኔና ከእናንተ የተለየ ነበረ። ኢየሱስ ፈጽሞ ምንም ዓይነት ስህተት ሰርቶ አያውቅም።

በምድር ላይ በኖረበት ጊዜ ሁሉ ትንሽ ልጅ የነበረ ጊዜ እንኳን በፍጹም አንድም መጥፎ ነገር አድርጎ አያውቅም። ትንሽም ነገር እንኳን ቢሆን። ፍጹም የሆነ ኑሮ የኖረና ፈጽሞ ኀጢአት ያልሰራ ኢየሱስ ብቻ ነው።

ኢየሱስ ኀጢአት የለሽ ኑሮ ስለኖረ ቅጣት የሚገባው ኀጢአት አልነበረውም። መሞትም አያስፈልገውም ነበር። ሰዎች በኀጢአት ምክንያት ይሞታሉ፤ ኢየሱስ ግን በፍጹም ኀጢአት አልሰራም።

ስለዚህ ስለ እነርሱ እየማለደ ሁልጊዜ በሕይወት ስለሚኖር፣በእርሱ በኩል ወደ እግዚአብሔር የሚመጡትን ፈጽሞ ሊያድናቸው ይችላል። …ቅዱስ፣ ነቀፋ የሌለበት፣ ንጹሕ፣ ከኀጢአተኞች የተለየና ከሰማያት በላይ የከበረ…ስለራሱ ኀጢአት…በየቀኑ መሥዋዕት ማቅረብ አያስፈልገውም፤… ዕብራውያን 7:25-27

132

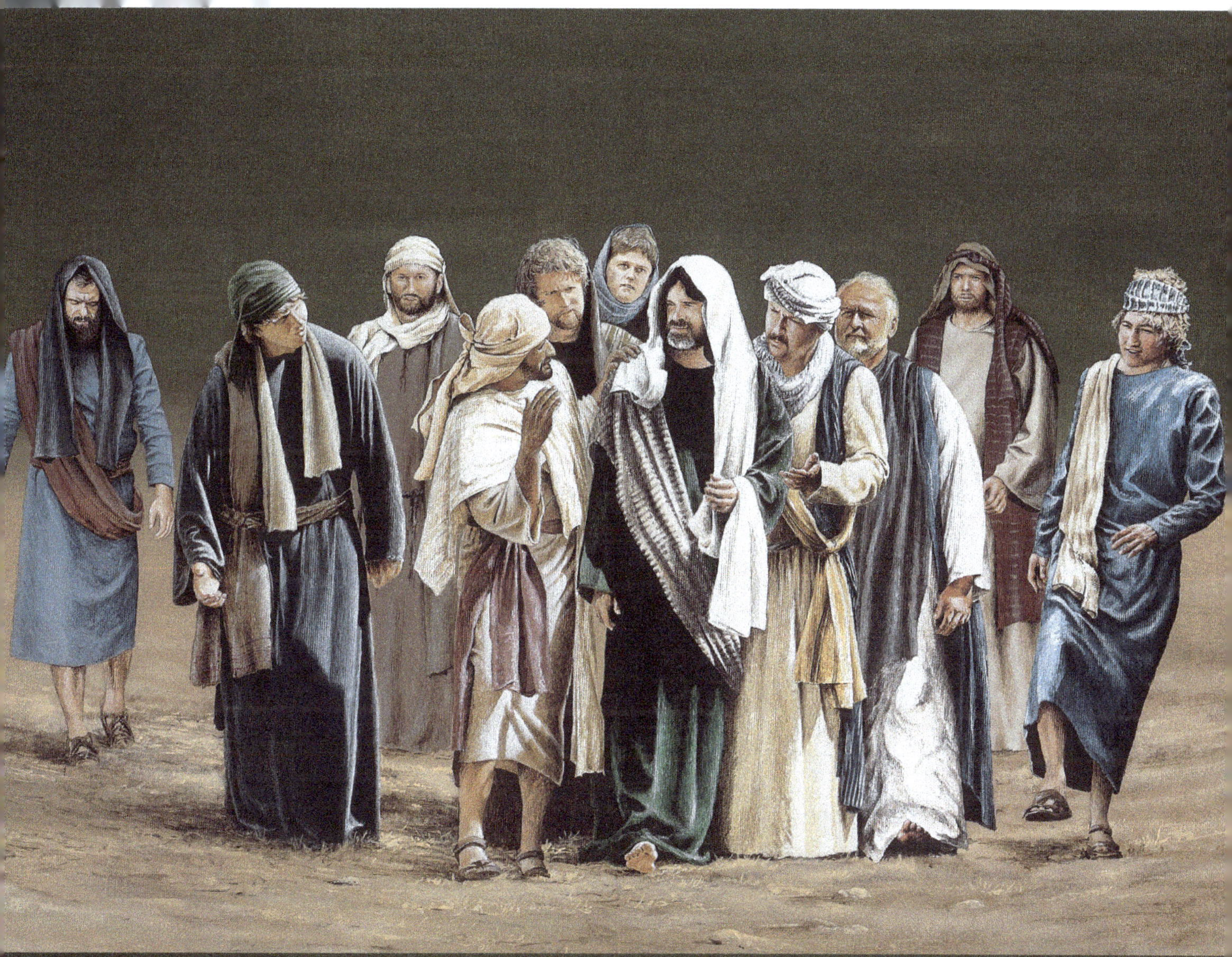

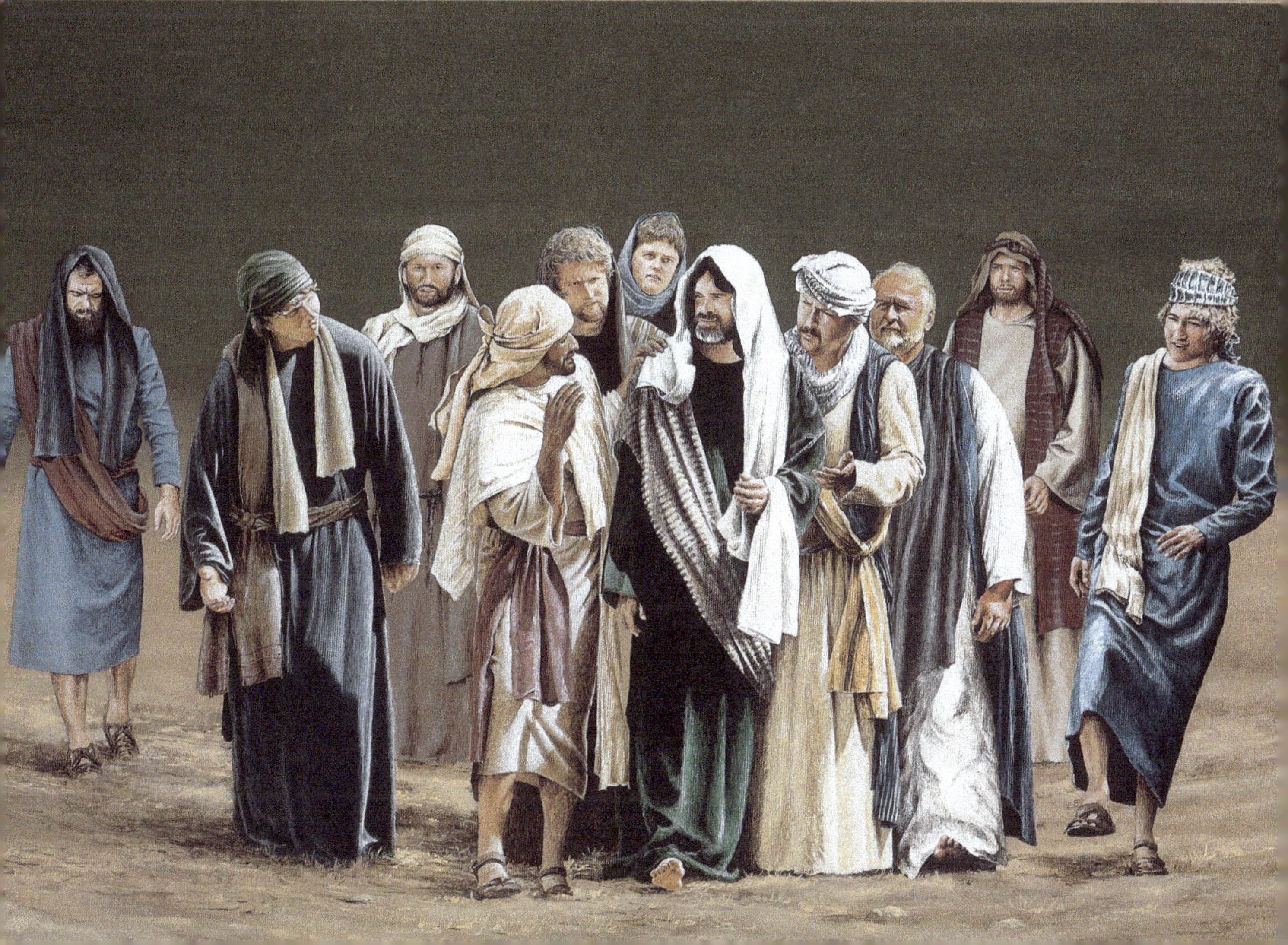

ምንም እንኳን ኢየሱስ መሞት ባይገባውም አንድ ቀን ሰዎች መጥተው እንደሚወስዱት፣ እንደሚመቱትና በእንጨት ላይ ሰቅለው እንደሚገድሉት ለሰዎች ነገራቸው። ኢየሱስ ይሞታል። ለሦስት ቀን ከሞተ በኋላ እንደገና ከሞት ይነሳል።

ይህን ሲናገር የሰሙት አናምንም አሉ። እንደዚያም እንዳይል ነገሩት።

ነገር ግን ኢየሱስ የተናገረው እውነት ነበር። ለጓደኞቹ ቀሪውን የእግዚአብሔር ዕቅድ እየነገራቸው ነበር፤ መልካም ዜና እየነገራቸው ነበር።

በእርሱ የሚያምን ሁሉ የዘላለም ሕይወት እንዲኖረው እንጂ እንዳይጠፋ እግዚአብሔር አንድያ ልጁን እስከ መስጠት ድረስ ዓለምን እንዲሁ ወዶአልና፤ ዮሐንስ 3:16

ኢየሱስ…ወደ ኢየሩሳሌም ይሄድ ዘንድ፣ በዚያም…መከራን ይቀበልና ይገደል ዘንድ፣ በሦስተኛው ቀን ከሞት ይነሣ ዘንድ እንደሚገባው ለደቀ መዛሙርቱ ይገልጽላቸው ጀመር። ማቴዎስ 16:21

– ምዕራፍ ዘጠኝ –

ምንም እንኳን ኢየሱስ መሞት ባይገባውም አንድ ቀን ሰዎች መጥተው እንደሚወስዱት፣ እንደሚመቱትና በእንጨት ላይ ሰቅለው እንደሚገድሉት ለሰዎች ነገራቸው። ኢየሱስ ይሞታል። ለሦስት ቀን ከሞተ በኋላ እንደገና ከሞት ይነሳል።

ይህን ሲናገር የሰሙት አናምንም አሉ። እንደዚያም እንዳይል ነገሩት።

ነገር ግን ኢየሱስ የተናገረው እውነት ነበር። ለጓደኞቹ ቀሪውን የእግዚአብሔር ዕቅድ እየነገራቸው ነበር፤ መልካም ዜና እየነገራቸው ነበር።

በእርሱ የሚያምን ሁሉ የዘላለም ሕይወት እንዲኖረው እንጂ እንዳይጠፋ እግዚአብሔር አንድያ ልጁን እስከ መስጠት ድረስ ዓለምን እንዲሁ ወዶአልና፤ ዮሐንስ 3:16

ኢየሱስ…ወደ ኢየሩሳሌም ይሄድ ዘንድ፣ በዚያም…መከራን ይቀበልና ይገደል ዘንድ፣ በሦስተኛው ቀን ከሞት ይነሣ ዘንድ እንደሚገባው ለደቀ መዛሙርቱ ይገልጽላቸው ጀመር። ማቴዎስ 16:21

134

ያም ስለ እግዚአብሔር ቃል ኪዳንና ስለ በጉ ነበር።

በጉን ታስታውሳላችሁ? ሰዎች እንዴት በግ ማምጣት እንደሚገባቸው?

አሁን ኢየሱስ የእግዚአብሔር በግ ተብሎ ይጠራል።

በጉ ወንድ መሆን እንዳለበት አስታወሳችሁ?

ታዲያ ኢየሱስም ወንድ ነበር።

በጉ እንዴት እንከን የለሽ መሆን እንዳለበት ታስታውሳላችሁ?

ኢየሱስም ፍጹም ነው። ፈጽሞ ኀጢአት አልሰራም።

ዮሐንስ…ኢየሱስ ወደ እርሱ ሲመጣ አይቶ እንዲህ አለ፤ "እነሆ! የዓለምን ኀጢአት የሚያስወግድ የእግዚአብሔር በግ፤ …" ዮሐንስ 1፡29

…የተዋጃችሁት ነውርና እንከን እንደሌለበት በግ ደም ፣ በክርስቶስ ክቡር ደም ነው። 1 ጴጥሮስ 1፡19

– ምዕራፍ ዘጠኝ –

ያም ስለ እግዚአብሔር ቃል ኪዳንና ስለ በጉ ነበር።

በጉን ታስታውሳላችሁ? ሰዎች እንዴት በግ ማምጣት እንደሚገባቸው?

አሁን ኢየሱስ የእግዚአብሔር በግ ተብሎ ይጠራል።

በጉ ወንድ መሆን እንዳለበት አስታወሳችሁ?

ታዲያ ኢየሱስም ወንድ ነበር።

በጉ እንዴት እንከን የለሽ መሆን እንዳለበት ታስታውሳላችሁ?

ኢየሱስም ፍጹም ነው። ፈጽሞ ኀጢአት አልሰራም።

ዮሐንስ…ኢየሱስ ወደ እርሱ ሲመጣ አይቶ እንዲህ አለ፤ "እነሆ! የዓለምን ኀጢአት የሚያስወግድ የእግዚአብሔር በግ፤ …" ዮሐንስ 1፡29

…የተዋጃችሁት ነውርና እንከን እንደሌለበት በግ ደም ፣ በክርስቶስ ክቡር ደም ነው። 1 ጴጥሮስ 1፡19

136

በጉ መሰዊያ ወደ አለበት ልዩ የመሞቻ ሥፍራ እንዴት መሄድ እንዳለበት አስታወሳችሁ?

ታዲያ ኢየሱስም በምድር ላይ ለጥቂት ጊዜ ከኖረ በኋላ ሰዎች ልዩ የመሞቻ ሥፍራ ወደ ሆነው ወደ መስቀሉ እንዲወስዱት ፈቀደላቸው።

በጉን የሚያመጣው ሰው እጁን በበጉ ራስ ላይ እንዴት ማስቀመጥ እንደነበረበትና ኀጢአቱ ከእርሱ ወደ በጉ መተላለፉን እንዴት እንደሚያሳይ ታስታውሳላችሁ?

ኢየሱስ በመስቀል ላይ ሲሰቀል ኀጢአታችን በሙሉ ከእኛ ላይ ተነስቶ በእርሱ ላይ ሆነ። የሁላችንንም ኀጢአት ተሸከመ። እጅግ በጣም ጥሩ ከሆነው ሰው ጀምሮ እጅግ በጣም መጥፎ እስከሆነው ሰው ድረስ የሴትም ሆነ የወንድ ልጅ ኀጢአት የአባባና የእማማ ኀጢአት ሁሉ ወደ ኢየሱስ መተላለፉን መጽሐፍ ቅዱስ ይነግረናል።

የተናገሩትን አፀያፊ ንግግሮች ሁሉ ይሰማል። የተደረጉትን መጥፎ ድርጊቶች ሁሉ ያውቃል። ቁጣቸውን ሁሉ አይቷል። ጉዳታቸውን ሁሉ አይቷል። የኀጢአት ቆሻሻ ሁሉ ፍጹም በሆነው ኢየሱስ ላይ አርፏል። ሁሉም ተሰምቶታል። ሁሉንም አውቆታል። ሁሉንም ተሸክሟል። በጣም አስከፊ ነበር።

አዎን ሁሉም ከበጉ ጋር የተያያዘ ነበር።

ኢየሱስ በጉ ነበር - የእኛ በግ።

– ምዕራፍ ዘጠኝ –

በጉ መሰዊያ ወደ አለበት ልዩ የመሞቻ ሥፍራ እንዴት መሄድ እንዳለበት አስታወሳችሁ?

ታዲያ ኢየሱስም በምድር ላይ ለጥቂት ጊዜ ከኖረ በኋላ ሰዎች ልዩ የመሞቻ ሥፍራ ወደ ሆነው ወደ መስቀሉ እንዲወስዱት ፈቀደላቸው።

በጉን የሚያመጣው ሰው እጁን በበጉ ራስ ላይ እንዴት ማስቀመጥ እንደነበረበትና ኀጢአቱ ከእርሱ ወደ በጉ መተላለፉን እንዴት እንደሚያሳይ ታስታውሳላችሁ?

ኢየሱስ በመስቀል ላይ ሲሰቀል ኀጢአታችን በሙሉ ከእኛ ላይ ተነስቶ በእርሱ ላይ ሆነ። የሁላችንንም ኀጢአት ተሸከመ። እጅግ በጣም ጥሩ ከሆነው ሰው ጀምሮ እጅግ በጣም መጥፎ እስከሆነው ሰው ድረስ የሴትም ሆነ የወንድ ልጅ ኀጢአት የአባባና የእማማ ኀጢአት ሁሉ ወደ ኢየሱስ መተላለፉን መጽሐፍ ቅዱስ ይነግረናል።

የተናገሩትን አፀያፊ ንግግሮች ሁሉ ይሰማል። የተደረጉትን መጥፎ ድርጊቶች ሁሉ ያውቃል። ቁጣቸውን ሁሉ አይቷል። ጉዳታቸውን ሁሉ አይቷል። የኀጢአት ቆሻሻ ሁሉ ፍጹም በሆነው ኢየሱስ ላይ አርፏል። ሁሉም ተሰምቶታል። ሁሉንም አውቆታል። ሁሉንም ተሸክሟል። በጣም አስከፊ ነበር።

አዎን ሁሉም ከበጉ ጋር የተያያዘ ነበር።

ኢየሱስ በጉ ነበር - የእኛ በግ።

138

ግን እስቲ ወደ ኋላ ተመልሳችሁ ታሪኩን አስቡት። በበጉ ላይ የደረሰውን ታስታውሳላችሁ? ኀጢአት መቀጣት ስላለበትና የኀጢአት ቅጣት ሞት ስለሆነ በጉ መሞት ነበረበት።

በኢየሱስም ላይ የሆነው ተመሳሳይ ነበር።

ኀጢአታችን ሁሉ ከእኛ ወደ እርሱ ስለዞረ እሱ ስለእኛ መቀጣት ነበረበት። ኢየሱስ መሞት ነበረበት።

ኢየሱስ በእኛ ቦታ እንደሞተ መጽሐፍ ቅዱስ ይናገራል። እኛ በሁለተኛ ሞት እንዳንገዳ የእኛ ኀጢአት የሚገባውን ቅጣት ሁሉ እሱ ተቀበለ።

ኢየሱስ የመጨረሻው በግ ነው። ሌላ በግ ወደ መሰዊያው መምጣት የለበትም። ኢየሱስ ሁሉን ፈጽሞታል።

እግዚአብሔር የገባውን ቃል ጠብቋል።

በጋችን…ክርስቶስ ተሠውቶአልና። 1 ቆሮንቶስ 5:7

እኛ በእርሱ ሆነን የእግዚአብሔር ጽድቅ እንድንሆን፣ ኀጢአት የሌለበትን እርሱን እግዚአብሔር ስለ እኛ ኀጢአት አደረገው። 2 ቆሮንቶስ 5: 21

በደሙም በሆነው እምነት፣ እግዚአብሔር የማስተስረያ መሥዋዕት አድርጎ አቅርቦታል፤ ሮሜ 3:25

– ምዕራፍ ዘጠኝ –

ግን እስቲ ወደ ኋላ ተመልሳችሁ ታሪኩን አስቡት። በበጉ ላይ የደረሰውን ታስታውሳላችሁ? ኀጢአት መቀጣት ስላለበትና የኀጢአት ቅጣት ሞት ስለሆነ በጉ መሞት ነበረበት።

በኢየሱስም ላይ የሆነው ተመሳሳይ ነበር።

ኀጢአታችን ሁሉ ከእኛ ወደ እርሱ ስለዞረ እሱ ስለእኛ መቀጣት ነበረበት። ኢየሱስ መሞት ነበረበት።

ኢየሱስ በእኛ ቦታ እንደሞተ መጽሐፍ ቅዱስ ይናገራል። እኛ በሁለተኛ ሞት እንዳንገዳ የእኛ ኀጢአት የሚገባውን ቅጣት ሁሉ እሱ ተቀበለ።

ኢየሱስ የመጨረሻው በግ ነው። ሌላ በግ ወደ መሰዊያው መምጣት የለበትም። ኢየሱስ ሁሉን ፈጽሞታል።

እግዚአብሔር የገባውን ቃል ጠብቋል።

በጋችን…ክርስቶስ ተሠውቶአልና። 1 ቆሮንቶስ 5:7

እኛ በእርሱ ሆነን የእግዚአብሔር ጽድቅ እንድንሆን፣ ኀጢአት የሌለበትን እርሱን እግዚአብሔር ስለ እኛ ኀጢአት አደረገው። 2 ቆሮንቶስ 5: 21

በደሙም በሆነው እምነት፣ እግዚአብሔር የማስተስረያ መሥዋዕት አድርጎ አቅርቦታል፤ ሮሜ 3:25

140

ጥያቄዎች ከምዕራፍ ዘጠኝ

1. ኢየሱስ እንደማንኛውም ሰው በምድር ላይ ኖረ። ነገር ግን ኢየሱስ የተለየ ነበረ። ኢየሱስ ፈጽሞ ያልሰራው ምን ነበር?
2. ሞት ወደ ዓለም የመጣው በኀጢአት ምክንያት ነው። ኢየሱስ ግን ፈጽሞ ኀጢአት አልሰራም። ኢየሱስ መሞት ነበረበት?
3. ኢየሱስ ሰዎች እንደሚመቱት በእንጨት መስቀልም ላይ ሰቅለው እንደሚገድሉት ተናገረ። ለሦስት ቀን ከሞተ በኋላ ወደ ሕይወት ይመለሳል። እነዚህ ሁሉ ከመሆናቸው በፊት ኢየሱስ እንዴት አውቆ ሊናገር ቻለ?
4. መጽሐፍ ቅዱስ ኢየሱስ ወደ መሰዊያው እንደመጣው በግ ነው ይለናል። ይህንን ለማስታወስ ኢየሱስ የተጠራበት ስም ምን ይባላል?
5. በጎቹ እንከን የለሽ መሆን ነበረባቸው። ኢየሱስ እንከን የለሽ የሆነው እንዴት ነው?
6. በጎቹ ወደ መሰዊያ (ልዩ የመታረጃ ስፍራ) መወሰድ ነበረባቸው። ኢየሱስ ምን ወደ ተባለ የመሞቻ ሥፍራ ተወሰደ?
7. ኀጢአታችን ሁሉ ወደ ኢየሱስ ስለተላለፈ እርሱ ምን መሆን ነበረበት?
8. ኢየሱስ ለኀጢአታችን የሚገባውን ቅጣት ሁሉ እንደተቀበለ መጽሐፍ ቅዱስ ይነግረናል። ሳይቀጣ የቀረ ምን ያህል ኀጢአት ቀርቷል?
9. በጎችን ወደ መሰዊያው ስፍራ ማምጣት የሌለብን ለምንድነው?

ጥያቄዎች ከምዕራፍ ዘጠኝ

1. ኢየሱስ እንደማንኛውም ሰው በምድር ላይ ኖረ። ነገር ግን ኢየሱስ የተለየ ነበረ። ኢየሱስ ፈጽሞ ያልሰራው ምን ነበር?
2. ሞት ወደ ዓለም የመጣው በኀጢአት ምክንያት ነው። ኢየሱስ ግን ፈጽሞ ኀጢአት አልሰራም። ኢየሱስ መሞት ነበረበት?
3. ኢየሱስ ሰዎች እንደሚመቱት በእንጨት መስቀልም ላይ ሰቅለው እንደሚገድሉት ተናገረ። ለሦስት ቀን ከሞተ በኋላ ወደ ሕይወት ይመለሳል። እነዚህ ሁሉ ከመሆናቸው በፊት ኢየሱስ እንዴት አውቆ ሊናገር ቻለ?
4. መጽሐፍ ቅዱስ ኢየሱስ ወደ መሰዊያው እንደመጣው በግ ነው ይለናል። ይህንን ለማስታወስ ኢየሱስ የተጠራበት ስም ምን ይባላል?
5. በጎቹ እንከን የለሽ መሆን ነበረባቸው። ኢየሱስ እንከን የለሽ የሆነው እንዴት ነው?
6. በጎቹ ወደ መሰዊያ (ልዩ የመታረጃ ስፍራ) መወሰድ ነበረባቸው። ኢየሱስ ምን ወደ ተባለ የመሞቻ ሥፍራ ተወሰደ?
7. ኀጢአታችን ሁሉ ወደ ኢየሱስ ስለተላለፈ እርሱ ምን መሆን ነበረበት?
8. ኢየሱስ ለኀጢአታችን የሚገባውን ቅጣት ሁሉ እንደተቀበለ መጽሐፍ ቅዱስ ይነግረናል። ሳይቀጣ የቀረ ምን ያህል ኀጢአት ቀርቷል?
9. በጎችን ወደ መሰዊያው ስፍራ ማምጣት የሌለብን ለምንድነው?

ሕያው ለዘላለም

ከብዙ ብዙ ዓመታት በፊት እግዚአብሔር ኀጢአት ከሚያመጣው ቅጣት ሰዎችን የሚያድን አዳኝ እንደሚመጣ ቃል ገብቶ ነበር። እርሱ ሰዎችን ከሁለተኛ ሞት ያድናቸዋል።

ሰዎች በግ እንዲያመጡ እግዚአብሔር አዘዛቸው፤ ይህንንም ያደረገው እነርሱ ሳይቀጡ ኀጢአታቸውን እንዴት እንደሚቀጣ ለማሳየት ነው።

መሥዋዕቱ የበግ ጠቦት ከሆነም፣ በእግዚአብሔር ፊት ያምጣው፤ በጠቦቱ ራስ ላይ እጁን ይጫን፤ በመገናኛው ድንኳን ፊት ለፊት ይረደው፤ ዘሌዋውያን 3፡7-8

– ምዕራፍ ዐሥር –

ሕያው ለዘላለም

ከብዙ ብዙ ዓመታት በፊት እግዚአብሔር ኀጢአት ከሚያመጣው ቅጣት ሰዎችን የሚያድን አዳኝ እንደሚመጣ ቃል ገብቶ ነበር። እርሱ ሰዎችን ከሁለተኛ ሞት ያድናቸዋል።

ሰዎች በግ እንዲያመጡ እግዚአብሔር አዘዛቸው፤ ይህንንም ያደረገው እነርሱ ሳይቀጡ ኀጢአታቸውን እንዴት እንደሚቀጣ ለማሳየት ነው።

መሥዋዕቱ የበግ ጠቦት ከሆነም፣ በእግዚአብሔር ፊት ያምጣው፤ በጠቦቱ ራስ ላይ እጁን ይጫን፤ በመገናኛው ድንኳን ፊት ለፊት ይረደው፤ ዘሌዋውያን 3፡7-8

144

እስቲ እናስብ፡- ያኔ የነበሩት ሰዎች በግ ሊኖራቸው ይገባ ነበር፡፡ እኛስ በግ አለን?

አዎ አለን፡፡ በጋችን ኢየሱስ ነው፡፡ "የእግዚአብሔር በግ" ተብሎ ይጠራል፡፡

ሰዎቹ ያመጡት በግ እንከን የለሽ ነበር፡፡ እስቲ አዳምጡኝ፤ ኀጢአት ፈጽሞ ሰርቶ የማያውቀውና ፍጹም የሆነ ኑሮ የኖረው ብቸኛው ሰው ማነው?

ትክክል ነው፡፡ ኢየሱስ ነው፡፡ እርሱ ነውር የለሹ በጋችን ነው፡፡

ሰዎቹ በጋቸውን ወደሚታረድበት መሰዊያው ማምጣት ነበረባቸው፡፡ ኢየሱስ ምን ወደሚባል የመሞቻ ስፍራ ነበር የሄደው? ታስታውሳላችሁ?

የእንጨት መስቀል ነበር፡፡

ይህ በጣም አስፈላጊ ነው፡፡ የሰው ሁሉ ኀጢአት እንዴት በበጉ ላይ እንደሆነ ታስታውሳላችሁ? እስቲ በደንብ አስቡ፤ በኢየሱስ ላይ የሆነው የማን ኀጢአት ነው?

ልክ ናችሁ፡፡ የእኛ ኀጢአት ነው፡፡

በጉ የሕዝቡን ኀጢአት ስለተሸከመ መሞት ነበረበት፡፡ በእኛ ቦታ የሞተው ማነው?

አዎ ኢየሱስ ነው፡፡ እርሱ ለኀጢአታችን ሞተ፡፡

– ምዕራፍ ዐሥር –

እስቲ እናስብ፡- ያኔ የነበሩት ሰዎች በግ ሊኖራቸው ይገባ ነበር፡፡ እኛስ በግ አለን?

አዎ አለን፡፡ በጋችን ኢየሱስ ነው፡፡ "የእግዚአብሔር በግ" ተብሎ ይጠራል፡፡

ሰዎቹ ያመጡት በግ እንከን የለሽ ነበር፡፡ እስቲ አዳምጡኝ፤ ኀጢአት ፈጽሞ ሰርቶ የማያውቀውና ፍጹም የሆነ ኑሮ የኖረው ብቸኛው ሰው ማነው?

ትክክል ነው፡፡ ኢየሱስ ነው፡፡ እርሱ ነውር የለሹ በጋችን ነው፡፡

ሰዎቹ በጋቸውን ወደሚታረድበት መሰዊያው ማምጣት ነበረባቸው፡፡ ኢየሱስ ምን ወደሚባል የመሞቻ ስፍራ ነበር የሄደው? ታስታውሳላችሁ?

የእንጨት መስቀል ነበር፡፡

ይህ በጣም አስፈላጊ ነው፡፡ የሰው ሁሉ ኀጢአት እንዴት በበጉ ላይ እንደሆነ ታስታውሳላችሁ? እስቲ በደንብ አስቡ፤ በኢየሱስ ላይ የሆነው የማን ኀጢአት ነው?

ልክ ናችሁ፡፡ የእኛ ኀጢአት ነው፡፡

በጉ የሕዝቡን ኀጢአት ስለተሸከመ መሞት ነበረበት፡፡ በእኛ ቦታ የሞተው ማነው?

አዎ ኢየሱስ ነው፡፡ እርሱ ለኀጢአታችን ሞተ፡፡

146

ኢየሱስ በመስቀል ላይ ሲሰቀል የሁሉም ወንዶችና ሴቶች ልጆች የሁሉም እናቶችና አባቶች ኀጢአት ከእነሱ ተወስዷል። ኢየሱስ የሰራው የራሱ ኀጢአት ስለሌው ለሌላ ሰው መሞት ይችላል። ለእኛ ኀጢአት መሞት ይችላል።

የእኛ ኀጢአት ኢየሱስን እንዲሞት አደረገው።

ኀጢአታችን ካመጣብን የሞት ቅጣት ሊያድነን በእኛ ቦታ ለመሞት መረጠ።

ኢየሱስ አዳኛችን ነው።

…አፉን አልከፈተም፤ እንደጠቦትም ለዕርድ ተነዳ፤… ኢሳይያስ 53:7

የኀጢአት ደመወዝ ሞት ነውና፤ የእግዚአብሔር ስጦታ ግን በጌታችን በክርስቶስ ኢየሱስ የዘላለም ሕይወት ነው። ሮሜ 6:23

በእምነት፣ በጸጋ ድናችኋልና፤ ይህም የእግዚአብሔር ስጦታ ነው እንጂ ከእናንተ አይደለም፤ማንም እንዳይመካ በሥራ አይደለም፤ ኤፌሶን 2:8-9

እናንተም በበደላችሁ…ሙታን ሳላችሁ፣ እግዚአብሔር ከክርስቶስ ጋር ሕያዋን አደረጋችሁ፤ ኀጢአታችንንም ሁሉ ይቅር አለን፤ ቆላሳይስ 2:13

…በኢየሱስ ክርስቶስ ሥጋ አማካይነት ለአንዴና ለመጨረሻ ጊዜ…ተቀድሰናል። ዕብራውያን 10:10

– ምዕራፍ ዐሥር –

ኢየሱስ በመስቀል ላይ ሲሰቀል የሁሉም ወንዶችና ሴቶች ልጆች የሁሉም እናቶችና አባቶች ኀጢአት ከእነሱ ተወስዷል። ኢየሱስ የሰራው የራሱ ኀጢአት ስለሌው ለሌላ ሰው መሞት ይችላል። ለእኛ ኀጢአት መሞት ይችላል።

የእኛ ኀጢአት ኢየሱስን እንዲሞት አደረገው።

ኀጢአታችን ካመጣብን የሞት ቅጣት ሊያድነን በእኛ ቦታ ለመሞት መረጠ።

ኢየሱስ አዳኛችን ነው።

…አፉን አልከፈተም፤ እንደጠቦትም ለዕርድ ተነዳ፤… ኢሳይያስ 53:7

የኀጢአት ደመወዝ ሞት ነውና፤ የእግዚአብሔር ስጦታ ግን በጌታችን በክርስቶስ ኢየሱስ የዘላለም ሕይወት ነው። ሮሜ 6:23

በእምነት፣ በጸጋ ድናችኋልና፤ ይህም የእግዚአብሔር ስጦታ ነው እንጂ ከእናንተ አይደለም፤ማንም እንዳይመካ በሥራ አይደለም፤ ኤፌሶን 2:8-9

እናንተም በበደላችሁ…ሙታን ሳላችሁ፣ እግዚአብሔር ከክርስቶስ ጋር ሕያዋን አደረጋችሁ፤ ኀጢአታችንንም ሁሉ ይቅር አለን፤ ቆላሳይስ 2:13

…በኢየሱስ ክርስቶስ ሥጋ አማካይነት ለአንዴና ለመጨረሻ ጊዜ…ተቀድሰናል። ዕብራውያን 10:10

148

ታዲያ ታሪኩ ኢየሱስ በመስቀል ላይ ሞተ ብሎ ቢያበቃ በጣም አሳዛኝ ይሆን ነበር፡፡

ነገር ግን መጽሐፍ ቅዱስ ታሪኩን ይቀጥልልናል፡፡ እንዲህም ይላል፡፡ ኢየሱስ ከሞተ በኋላ ጓደኞቹ አካሉን ከመስቀል ላይ በጥንቃቄ አወረዱት፡፡ ልባቸው ተሰብሮ መሆን አለበት፡፡ ልዩ ሆኖ በድንጋይ በተሰራ የመቀበርያ ሥፍራ አስቀመጡት፡፡ በቀስታም ትልቅ ድንጋይ አንከባለው በሩን ዘጉት፡፡ ከዚያም አዝነው ወደ ቤታቸው ሄዱ፡፡

በሚቀጥለው ቀን ኢየሱስን የገደሉት ሰዎች ለወታደሮቹ መቃብሩን እንዲጠብቁ ነገሯቸው፡፡ ኢየሱስ ከሦስት ቀን በኋላ ተመልሶ ወደ ሕይወት እንደሚመጣ ሲናገር ሰምተውት ነበር፡፡ ማንም ሰው የኢየሱስን አካል ወስዶ ከሞት እንደተነሳ እንዲያስመስሉ አልፈለጉም፡፡ ኢየሱስ ሞቶ በመቃብር እንዲቀር ፈልገው ነበር፡፡

ኢየሱስ በተሰቀለበት ቦታም የአትክልት ስፍራ ነበር፤ በአትክልቱም ስፍራ ማንም ያልተቀበረበት አዲስ መቃብር ነበር። …ኢየሱስን በዚያ ቀበሩት፡፡ ዮሐንስ 19፡41-42

በማግስቱ፣ …የካህናት አለቆችና ፈሪሳውያን ጲላጦስ ፊት ቀርበው እንዲህ አሉት፤ ክቡር ሆይ፤”…ደቀ መዛሙርቱ አስከሬኑን ሰርቀው ለሕዝቡ፣ ከሙታን ተነሥቶአል ብለው እንደዳያስወሩ መቃብሩ እስከ ሦስተኛው ቀን ድረስ እንዲጠበቅ ትእዛዝ ስጥልን…” ጲላጦስም፣ “ጠባቂዎች አሏችሁ፤ ሄዳችሁ በምታውቁት መንገድ አስጠብቁ” አላቸው፡፡ እነርሱም ሄደው መቃብሩን በማኅተም አሽገው ጠባቂ አቆሙበት፡፡ ማቴዎስ 27፡62-66

– ምዕራፍ ዐሥር –

ታዲያ ታሪኩ ኢየሱስ በመስቀል ላይ ሞተ ብሎ ቢያበቃ በጣም አሳዛኝ ይሆን ነበር፡፡

ነገር ግን መጽሐፍ ቅዱስ ታሪኩን ይቀጥልልናል፡፡ እንዲህም ይላል፡፡ ኢየሱስ ከሞተ በኋላ ጓደኞቹ አካሉን ከመስቀል ላይ በጥንቃቄ አወረዱት፡፡ ልባቸው ተሰብሮ መሆን አለበት፡፡ ልዩ ሆኖ በድንጋይ በተሰራ የመቀበርያ ሥፍራ አስቀመጡት፡፡ በቀስታም ትልቅ ድንጋይ አንከባለው በሩን ዘጉት፡፡ ከዚያም አዝነው ወደ ቤታቸው ሄዱ፡፡

በሚቀጥለው ቀን ኢየሱስን የገደሉት ሰዎች ለወታደሮቹ መቃብሩን እንዲጠብቁ ነገሯቸው፡፡ ኢየሱስ ከሦስት ቀን በኋላ ተመልሶ ወደ ሕይወት እንደሚመጣ ሲናገር ሰምተውት ነበር፡፡ ማንም ሰው የኢየሱስን አካል ወስዶ ከሞት እንደተነሳ እንዲያስመስሉ አልፈለጉም፡፡ ኢየሱስ ሞቶ በመቃብር እንዲቀር ፈልገው ነበር፡፡

ኢየሱስ በተሰቀለበት ቦታም የአትክልት ስፍራ ነበር፤ በአትክልቱም ስፍራ ማንም ያልተቀበረበት አዲስ መቃብር ነበር። …ኢየሱስን በዚያ ቀበሩት፡፡ ዮሐንስ 19፡41-42

በማግስቱ፣ …የካህናት አለቆችና ፈሪሳውያን ጲላጦስ ፊት ቀርበው እንዲህ አሉት፤ ክቡር ሆይ፤”…ደቀ መዛሙርቱ አስከሬኑን ሰርቀው ለሕዝቡ፣ ከሙታን ተነሥቶአል ብለው እንደዳያስወሩ መቃብሩ እስከ ሦስተኛው ቀን ድረስ እንዲጠበቅ ትእዛዝ ስጥልን…” ጲላጦስም፣ “ጠባቂዎች አሏችሁ፤ ሄዳችሁ በምታውቁት መንገድ አስጠብቁ” አላቸው፡፡ እነርሱም ሄደው መቃብሩን በማኅተም አሽገው ጠባቂ አቆሙበት፡፡ ማቴዎስ 27፡62-66

150

ነገር ግን ወታደሮቹ እግዚአብሔርን ማቆም አልቻሉም፤ ትልቁ ድንጋይ እግዚአብሔርን ሊያቆመው አልቻለም፤ምንም ነገር የእግዚአብሔርን ዕቅድ ማቆም አይችልም። ልክ እንደተናገረው ከሦስት ቀን በኋላ ኢየሱስ ከሞት ወደ ሕይወት መጣ! ሕያው ነው!

ጠባቂዎቹ በፍርሃት ወደቁ፤ መልአኩ ድንጋዩን አንከባለለው። ሁሉም ሰው ኢየሱስ መቃብር ውስጥ እንዳልነበረ ማየት ይችላል። ለአርባ ቀን ከጓደኞቹና ከብዙ ሰዎች ጋር ተገናኘ፡ ሁሉም ተደስተው ነበር። እንደገና ከእነሱ ጋር እየተነጋገረ፣ እየበላና እየተጓዘ ነበር። በጣም አስደናቂ ነበር!

ኢየሱስ ሕያው ሆነ!

በድንገት ታላቅ የምድር መናወጥ ሆነ፤ የጌታም መልአክ ከሰማይ ወርዶ ወደ መቃብሩ በመሄድ ድንጋዩን አንከባሎ በላዩ ላይ ተቀመጠበት፤...ጠባቂዎቹ መልአኩን ከመፍራት የተነሣ ተንቀጠቀጡ፤ እንደ በድንም ሆኑ። ማቴዎስ 28:2-4

እርሱ ግን እንዲህ አላቸው፤ "አትደንግጡ፤የምትፈልጉት የተሰቀለውን የናዝሬቱን ኢየሱስን ነው፤ እርሱ ተነሥቶአል እዚህ የለም፤... ማርቆስ 16:6

...ራሱ ቀርቦ ሕያው መሆኑን፣ ለእነዚሁ በብዙ ማስረጃ እያረጋገጠላቸው አርባ ቀንም ዐልፎ ዐልፎ እየታያቸው ስለ እግዚአብሔር መንግሥት ነገራቸው። የሐዋርያት ሥራ 1:3

– ምዕራፍ ዐሥር –

ነገር ግን ወታደሮቹ እግዚአብሔርን ማቆም አልቻሉም፤ ትልቁ ድንጋይ እግዚአብሔርን ሊያቆመው አልቻለም፤ምንም ነገር የእግዚአብሔርን ዕቅድ ማቆም አይችልም። ልክ እንደተናገረው ከሦስት ቀን በኋላ ኢየሱስ ከሞት ወደ ሕይወት መጣ! ሕያው ነው!

ጠባቂዎቹ በፍርሃት ወደቁ፤ መልአኩ ድንጋዩን አንከባለለው። ሁሉም ሰው ኢየሱስ መቃብር ውስጥ እንዳልነበረ ማየት ይችላል። ለአርባ ቀን ከጓደኞቹና ከብዙ ሰዎች ጋር ተገናኘ፡ ሁሉም ተደስተው ነበር። እንደገና ከእነሱ ጋር እየተነጋገረ፣ እየበላና እየተጓዘ ነበር። በጣም አስደናቂ ነበር!

ኢየሱስ ሕያው ሆነ!

በድንገት ታላቅ የምድር መናወጥ ሆነ፤ የጌታም መልአክ ከሰማይ ወርዶ ወደ መቃብሩ በመሄድ ድንጋዩን አንከባሎ በላዩ ላይ ተቀመጠበት፤...ጠባቂዎቹ መልአኩን ከመፍራት የተነሣ ተንቀጠቀጡ፤ እንደ በድንም ሆኑ። ማቴዎስ 28:2-4

እርሱ ግን እንዲህ አላቸው፤ "አትደንግጡ፤የምትፈልጉት የተሰቀለውን የናዝሬቱን ኢየሱስን ነው፤ እርሱ ተነሥቶአል እዚህ የለም፤... ማርቆስ 16:6

...ራሱ ቀርቦ ሕያው መሆኑን፣ ለእነዚሁ በብዙ ማስረጃ እያረጋገጠላቸው አርባ ቀንም ዐልፎ ዐልፎ እየታያቸው ስለ እግዚአብሔር መንግሥት ነገራቸው። የሐዋርያት ሥራ 1:3

152

ሰዎች ለማመን ያስቸግራቸዋል፡፡ ማንም ይህን አድርጎ አያውቅም፡፡ ማንም ራሱን ከሞት አስነስቶ የሚያውቅ የለም፡፡ እንዴት ያለ የሚያስደንቅ ኃይል ነው!

ኢየሱስ ይህንን የሚያሳያቸው ከሞት የሚበልጥ ኃይል እንዳለውና ሰዎች ሲሞቱ ከሰይጣን ጋር በሚያስፈራ ቤቱ ሄደን እንኖራለን ብለው እንዳይፈሩ ነው፡፡ ሁለተኛውን ሞት መፍራት የለባቸውም፡፡

ኢየሱስ እንደገና ወደ ሕይወት ሊያመጣቸው የሚችልበት ኃይል አለው፡፡

ነገር ግን ወደ ሕይወት እንደገና የሚያመጣቸው በኀጢአት ወደ ተበላሸው መሬት አይደለም፡፡ ወደ ሕይወት የሚያመጣቸው እንከን የለሽ ወደ ሆነውና ሙሉ ደስታ ወደሚገኝበት ሰማይ ነው፡፡

ኢየሱስ ለእነሱ የሞተ በግ መሆኑን ለሚያምኑ ሁሉ ይሄንን ሊያደርግ ቃል ገብቷል፡፡

“ልባችሁ አይጨነቅ፤ በእግዚአብሔር እመኑ፤ በእኔም ደግሞ እመኑ፡፡ በአባቴ ቤት ብዙ መኖሪያ አለ፤… የምሄደውም ስፍራ ላዘጋጅላችሁ ነው፡፡ ሄጄም ስፍራ ካዘጋጀሁላችሁ በኋላ፣ እኔ ባለሁበት እናንተም ከእኔ ጋር እንድትሆኑ ልወስዳችሁ ዳግመኛ እመጣለሁ፡፡ እኔ ወደምሄድበት ስፍራ የሚያደርሰውን መንገድ ታውቃላችሁ፡፡”
ዮሐንስ 14፡1-4

– ምዕራፍ ዐሥር –

ሰዎች ለማመን ያስቸግራቸዋል፡፡ ማንም ይህን አድርጎ አያውቅም፡፡ ማንም ራሱን ከሞት አስነስቶ የሚያውቅ የለም፡፡ እንዴት ያለ የሚያስደንቅ ኃይል ነው!

ኢየሱስ ይህንን የሚያሳያቸው ከሞት የሚበልጥ ኃይል እንዳለውና ሰዎች ሲሞቱ ከሰይጣን ጋር በሚያስፈራ ቤቱ ሄደን እንኖራለን ብለው እንዳይፈሩ ነው፡፡ ሁለተኛውን ሞት መፍራት የለባቸውም፡፡

ኢየሱስ እንደገና ወደ ሕይወት ሊያመጣቸው የሚችልበት ኃይል አለው፡፡

ነገር ግን ወደ ሕይወት እንደገና የሚያመጣቸው በኀጢአት ወደ ተበላሸው መሬት አይደለም፡፡ ወደ ሕይወት የሚያመጣቸው እንከን የለሽ ወደ ሆነውና ሙሉ ደስታ ወደሚገኝበት ሰማይ ነው፡፡

ኢየሱስ ለእነሱ የሞተ በግ መሆኑን ለሚያምኑ ሁሉ ይሄንን ሊያደርግ ቃል ገብቷል፡፡

“ልባችሁ አይጨነቅ፤ በእግዚአብሔር እመኑ፤ በእኔም ደግሞ እመኑ፡፡ በአባቴ ቤት ብዙ መኖሪያ አለ፤… የምሄደውም ስፍራ ላዘጋጅላችሁ ነው፡፡ ሄጄም ስፍራ ካዘጋጀሁላችሁ በኋላ፣ እኔ ባለሁበት እናንተም ከእኔ ጋር እንድትሆኑ ልወስዳችሁ ዳግመኛ እመጣለሁ፡፡ እኔ ወደምሄድበት ስፍራ የሚያደርሰውን መንገድ ታውቃላችሁ፡፡”
ዮሐንስ 14፡1-4

154

አሁን ይኼ በጣም አስፈላጊ ነገር ነው። ኢየሱስ እየተናገረ የነበረውን ሰምታችኋል? ተረድታችኋል?

እሱ ያለው:- ማንም ወንድ ወይም ሴት ልጅ፣ እማማ ወይም አባባ ማንኛውም ሰው ኢየሱስ በእነሱ ቦታ እንደሞተ ቢያምኑ ከእርሱ ጋር ሄደው በሰማይ መኖር ይችላሉ።

ያንን ያህል ቀላል ነው።

እነርሱ ማድረግ ያለባቸው ኢየሱስ የእነርሱ በግ መሆኑን ማመንና ለእነርሱ ኃጢአት እርሱ መቀጣቱን ማመን ብቻ ነው። እርሱን ካመኑት፣ የተናገረውን ከተቀበሉት፣ ያ ወንድ ወይም ሴት ልጅ፣ እማማ ወይም አባባ እዚህ ምድር ላይ ኑሮአቸውን ሲጨርሱ ኢየሱስ ከእርሱ ጋር በሰማይ መኖር እንዲችሉ እንከን የለሽ ያደርጋቸዋል።

ጌታ ራሱ በታላቅ ትእዛዝ፣ በመላእክት አለቃ ድምፅና በእግዚአብሔር የመለከት ድምፅ ከሰማይ ይወርዳልና። በክርስቶስ የሞቱትም አስቀድመው ይነሣሉ። ከዚያም በኋላ እኛ የቀረነው፣ በሕይወትም የምንኖረው ጌታን በአየር ላይ ለመቀበል ከእርሱ ጋር በደመና እንነጠቃለን፤ በዚህም መሠረት ለዘላለም ከጌታ ጋር እንሆናለን። ስለዚህ በዚህ ቃል እርስ በእርሳችሁ ተጽናኑ። 1 ተሰሎንቄ 4፡16-18

– ምዕራፍ ዐሥር –

አሁን ይኼ በጣም አስፈላጊ ነገር ነው። ኢየሱስ እየተናገረ የነበረውን ሰምታችኋል? ተረድታችኋል?

እሱ ያለው:- ማንም ወንድ ወይም ሴት ልጅ፣ እማማ ወይም አባባ ማንኛውም ሰው ኢየሱስ በእነሱ ቦታ እንደሞተ ቢያምኑ ከእርሱ ጋር ሄደው በሰማይ መኖር ይችላሉ።

ያንን ያህል ቀላል ነው።

እነርሱ ማድረግ ያለባቸው ኢየሱስ የእነርሱ በግ መሆኑን ማመንና ለእነርሱ ኃጢአት እርሱ መቀጣቱን ማመን ብቻ ነው። እርሱን ካመኑት፣ የተናገረውን ከተቀበሉት፣ ያ ወንድ ወይም ሴት ልጅ፣ እማማ ወይም አባባ እዚህ ምድር ላይ ኑሮአቸውን ሲጨርሱ ኢየሱስ ከእርሱ ጋር በሰማይ መኖር እንዲችሉ እንከን የለሽ ያደርጋቸዋል።

ጌታ ራሱ በታላቅ ትእዛዝ፣ በመላእክት አለቃ ድምፅና በእግዚአብሔር የመለከት ድምፅ ከሰማይ ይወርዳልና። በክርስቶስ የሞቱትም አስቀድመው ይነሣሉ። ከዚያም በኋላ እኛ የቀረነው፣ በሕይወትም የምንኖረው ጌታን በአየር ላይ ለመቀበል ከእርሱ ጋር በደመና እንነጠቃለን፤ በዚህም መሠረት ለዘላለም ከጌታ ጋር እንሆናለን። ስለዚህ በዚህ ቃል እርስ በእርሳችሁ ተጽናኑ። 1 ተሰሎንቄ 4፡16-18

156

– ምዕራፍ ዐሥር –

ሰዎቹም በደስታ አዳመጡ። ሁሉም ሰው ሊሰማው የሚገባው ዜና ነበር። ስለዚህ ዕቅድ ከኢየሱስ ጋር ለረዥም ጊዜ ተነጋገሩ። ከዚያም በአርባኛው ቀን መጨረሻ ኢየሱስ ደህና ሁኑ ብሎ ወደ ሰማይ ሄደ። በእዚያ እንከን የለሽ ቤቱ አሁን ይኖራል።

መጽሐፍ ቅዱስም የተፃፈው ይህን ሊነግረን ነው።

ከእግዚብሔር የተፃፈ ፍቅር የሞላበት ደብዳቤ ነው። እናም የሚነግረን ስለ በጉ ነው።

ምስክርነቱም ይህ ነው፤ እግዚአብሔር የዘላለምን ሕይወት ሰጠን፤ ይህም ሕይወት ያለው በልጁ ነው። ልጁ ያለው ሕይወት አለው፤ የእግዚአብሔር ልጅ የሌለው ሕይወት የለውም። በእግዚብሔር ልጅ ስም የምታምኑ እናንተ የዘላለም ሕይወት እንዳላችሁ ታውቁ ዘንድ ይህን እጽፍላችኋለሁ፤ 1 ዮሐንስ 5፡11-13

ኢየሱስ ያደረጋቸው ሌሎችም ብዙ ነገሮች አሉ፤ ሁሉም ነገር ቢጻፍ፣ ለተጻፉት መጻሕፍት ሁሉ ዓለም በቂ ቦታ የሚኖረው አይመስለኝም። ዮሐንስ 21፡25

– ምዕራፍ ዐሥር –

ሰዎቹም በደስታ አዳመጡ። ሁሉም ሰው ሊሰማው የሚገባው ዜና ነበር። ስለዚህ ዕቅድ ከኢየሱስ ጋር ለረዥም ጊዜ ተነጋገሩ። ከዚያም በአርባኛው ቀን መጨረሻ ኢየሱስ ደህና ሁኑ ብሎ ወደ ሰማይ ሄደ። በእዚያ እንከን የለሽ ቤቱ አሁን ይኖራል።

መጽሐፍ ቅዱስም የተፃፈው ይህን ሊነግረን ነው።

ከእግዚብሔር የተፃፈ ፍቅር የሞላበት ደብዳቤ ነው። እናም የሚነግረን ስለ በጉ ነው።

ምስክርነቱም ይህ ነው፤ እግዚአብሔር የዘላለምን ሕይወት ሰጠን፤ ይህም ሕይወት ያለው በልጁ ነው። ልጁ ያለው ሕይወት አለው፤ የእግዚአብሔር ልጅ የሌለው ሕይወት የለውም። በእግዚብሔር ልጅ ስም የምታምኑ እናንተ የዘላለም ሕይወት እንዳላችሁ ታውቁ ዘንድ ይህን እጽፍላችኋለሁ፤ 1 ዮሐንስ 5፡11-13

ኢየሱስ ያደረጋቸው ሌሎችም ብዙ ነገሮች አሉ፤ ሁሉም ነገር ቢጻፍ፣ ለተጻፉት መጻሕፍት ሁሉ ዓለም በቂ ቦታ የሚኖረው አይመስለኝም። ዮሐንስ 21፡25

158

ጥያቄዎች ከምዕራፍ አስር

1. ከብዙ አመታት በፊት ሰዎች በግ እንዲኖራቸው ያስፈልግ ነበር። የእኛ በግ ማነው?
2. ሰዎቹ የሚያመጡት በግ እንከን የለሽ ነበር። ፍጹም የሆነ ኑሮ የኖረና ፈጽሞ ኀጢአት ያልሰራ ብቸኛ ሰው ማነው?
3. ሰዎቹ በጋቸውን ወደ መሰዊያ (ልዩ የመታረጃ ቦታ) ማምጣት ነበረባቸው። ኢየሱስ ይሞት ዘንድ ወደ የት ተወሰደ?
4. የሕዝቡ ሁሉ ኀጢአት በበጉ ላይ እንዳረፈ ታስታውሳላችሁ? በኢየሱስ ላይ ያረፈው የማን ኀጢአት ነው?
5. በጉ የሰዎቹን ሁሉ ኀጢአት ስለተሸከመ መሞት ነበረበት፤ በእኛ ቦታ የሞተው ማነው?
6. በጉ በሰውየው ቦታ ሞተ። ኢየሱስ በማን ቦታ ሞተ?
7. ኢየሱስ ከሞተ በኂላ ሰውነቱ ልዩ ቦታ ውስጥ ተቀመጠ። ትልቅ ድንጋይ አንከባለው በሩን ዘጉት። እንዲህ ያለ ቦታ ምን ይባላል?
8. ኢየሱስ ከሞተ ከሦስት ቀን በኂላ ምን ሆነ?
9. ኢየሱስ ከሞት ከተነሳ በኂላ እነሱንም ከሞት ሊያስነሳቸው እንደሚችል ለሰዎች አሳያቸው። ወደ ሕይወት የሚያመጣቸው የት ይመስላችኂል?
10. ኢየሱስ ሰዎችን በሰማይ ወደ ሕይወት አመጣቸዋለሁ ሲል እንከን የለሽ በሆነው ቤቱ ለመኖር ምን ማድረግ ያስፈልጋቸዋል?
11. ሁለተኛ ስህተት እንዳይሰሩ ቃል መግባት አለባቸው? ኢየሱስ እንደሚያድናቸው ማመን አለባቸው? ከመጥፎ ነገር የበለጠ ጥሩ ነገር እንደሚሰሩ ቃል መግባት አለባቸው? ኢየሱስ በእነሱ ቦታ እንደሞተ ማመን አለባቸው?
12. ኢየሱስ እንደ በጉ በእርሱ ቦታ መሞቱን ለሚያምን ለማንኛውም ሰው በሰማይ መኖር እንደሚችል እግዚአብሔር የተናገረው እውነት ነውን?

ጥያቄዎች ከምዕራፍ አስር

1. ከብዙ አመታት በፊት ሰዎች በግ እንዲኖራቸው ያስፈልግ ነበር። የእኛ በግ ማነው?
2. ሰዎቹ የሚያመጡት በግ እንከን የለሽ ነበር። ፍጹም የሆነ ኑሮ የኖረና ፈጽሞ ኀጢአት ያልሰራ ብቸኛ ሰው ማነው?
3. ሰዎቹ በጋቸውን ወደ መሰዊያ (ልዩ የመታረጃ ቦታ) ማምጣት ነበረባቸው። ኢየሱስ ይሞት ዘንድ ወደ የት ተወሰደ?
4. የሕዝቡ ሁሉ ኀጢአት በበጉ ላይ እንዳረፈ ታስታውሳላችሁ? በኢየሱስ ላይ ያረፈው የማን ኀጢአት ነው?
5. በጉ የሰዎቹን ሁሉ ኀጢአት ስለተሸከመ መሞት ነበረበት፤ በእኛ ቦታ የሞተው ማነው?
6. በጉ በሰውየው ቦታ ሞተ። ኢየሱስ በማን ቦታ ሞተ?
7. ኢየሱስ ከሞተ በኂላ ሰውነቱ ልዩ ቦታ ውስጥ ተቀመጠ። ትልቅ ድንጋይ አንከባለው በሩን ዘጉት። እንዲህ ያለ ቦታ ምን ይባላል?
8. ኢየሱስ ከሞተ ከሦስት ቀን በኂላ ምን ሆነ?
9. ኢየሱስ ከሞት ከተነሳ በኂላ እነሱንም ከሞት ሊያስነሳቸው እንደሚችል ለሰዎች አሳያቸው። ወደ ሕይወት የሚያመጣቸው የት ይመስላችኂል?
10. ኢየሱስ ሰዎችን በሰማይ ወደ ሕይወት አመጣቸዋለሁ ሲል እንከን የለሽ በሆነው ቤቱ ለመኖር ምን ማድረግ ያስፈልጋቸዋል?
11. ሁለተኛ ስህተት እንዳይሰሩ ቃል መግባት አለባቸው? ኢየሱስ እንደሚያድናቸው ማመን አለባቸው? ከመጥፎ ነገር የበለጠ ጥሩ ነገር እንደሚሰሩ ቃል መግባት አለባቸው? ኢየሱስ በእነሱ ቦታ እንደሞተ ማመን አለባቸው?
12. ኢየሱስ እንደ በጉ በእርሱ ቦታ መሞቱን ለሚያምን ለማንኛውም ሰው በሰማይ መኖር እንደሚችል እግዚአብሔር የተናገረው እውነት ነውን?

የእግዚአብሔርን ደብዳቤ ተረድታችሁታል?

የእግዚአብሔር ደብዳቤ እጅግ በጣም አስፈላጊ ስለሆነ በደንብ እንደተረዳችሁት እርግጠኛ መሆን አለባችሁ። እነኚህ ጥቂት ጥያቄዎች የእግዚአብሔርን የማዳን ዕቅድ ምን ያህል እንደተረዳችሁ ለራሳችሁ ማረጋገጥ ያስችሏችኋል። አንዳንዶቹን በትክክል ባትመልሱም በአእምሮአችሁ መልሱ እስኪመጣላችሁ ደጋግማችሁ አንብቡት።

1. እግዚአብሔር ሁሉንም ነገር በቃሉ በመናገር ሰራቸው። ይኼ ስለ እግዚአብሔር ምን ይነግረናል?
2. እግዚአብሔር እንከን የለሽ የሆነ ዓለም መፍጠር የሚችለው ለምንድነው?
3. የሉሲፈርን አለመታዘዝ መጽሐፍ ቅዱስ በአንድ ልዩ ቃል ይገልጸዋል። ያ ቃል ምንድነው?
4. አንድ ሰው መጥፎ ሥራ ሰርቶ ከተጠያቂነት ማምለጥ የማይችለው ለምንድነው?
5. እግዚአብሔር ለሰይጣንና ለመጥፎዎቹ መላእክት የሰራው ቤት ምን ተብሎ ይጠራል?
6. የአዳምንና የሔዋንን አለመታዘዝ መጽሐፍ ቅዱስ የገለጸበት ቃል ምንድነው?
7. በኃጢአት ምክንያት ወደ ዓለም የገባው ምንድነው?
8. አዳምና ሔዋን እንከን የለሽ መሆናቸው ቀርቷል። ሲሞቱ ከሰይጣን ጋር ሄደው በሚያስፈራው ቤቱ ይኖራሉ። ይህንን አይነቱን ሞት መጽሐፍ ቅዱስ ምን ብሎ ይጠራዋል?
9. እግዚአብሔር ልዩ ሰው ልኮ ሰዎችን ከሁለተኛ ሞት እንደሚታደጋቸው ቃል ገብቷል። ይህ ሰው ማን ተብሎ ይጠራል?
10. ሰዎች በሰማይ ለመኖር እንከን የለሽ መሆን ለምን አስፈለጋቸው?
11. እግዚአብሔር አዳምና ሔዋንን ፈጽሞ ኃጢአት እንዳልሰሩ ማስመሰል ይችላል?
12. እግዚአብሔር ለሰዎች እነሱን ሳይቀጣ ኃጢአታቸውን እንዴት እንደሚቀጣ አሳያቸው። ምን አይነት እንስሳ ነው እንዲያመጡ የነገራቸው?
13. ሰውየው እጁን በበጉ ላይ ሲያሳርፍ ኃጢአቱ ምን ይሆናል?
14. በጉ በማን ቦታ ሞተ?
15. በጉ ምንም ጥፋት ካልሰራ ለምን ተቀጣ?

የእግዚአብሔርን ደብዳቤ ተረድታችሁታል?

የእግዚአብሔር ደብዳቤ እጅግ በጣም አስፈላጊ ስለሆነ በደንብ እንደተረዳችሁት እርግጠኛ መሆን አለባችሁ። እነኚህ ጥቂት ጥያቄዎች የእግዚአብሔርን የማዳን ዕቅድ ምን ያህል እንደተረዳችሁ ለራሳችሁ ማረጋገጥ ያስችሏችኋል። አንዳንዶቹን በትክክል ባትመልሱም በአእምሮአችሁ መልሱ እስኪመጣላችሁ ደጋግማችሁ አንብቡት።

1. እግዚአብሔር ሁሉንም ነገር በቃሉ በመናገር ሰራቸው። ይኼ ስለ እግዚአብሔር ምን ይነግረናል?
2. እግዚአብሔር እንከን የለሽ የሆነ ዓለም መፍጠር የሚችለው ለምንድነው?
3. የሉሲፈርን አለመታዘዝ መጽሐፍ ቅዱስ በአንድ ልዩ ቃል ይገልጸዋል። ያ ቃል ምንድነው?
4. አንድ ሰው መጥፎ ሥራ ሰርቶ ከተጠያቂነት ማምለጥ የማይችለው ለምንድነው?
5. እግዚአብሔር ለሰይጣንና ለመጥፎዎቹ መላእክት የሰራው ቤት ምን ተብሎ ይጠራል?
6. የአዳምንና የሔዋንን አለመታዘዝ መጽሐፍ ቅዱስ የገለጸበት ቃል ምንድነው?
7. በኃጢአት ምክንያት ወደ ዓለም የገባው ምንድነው?
8. አዳምና ሔዋን እንከን የለሽ መሆናቸው ቀርቷል። ሲሞቱ ከሰይጣን ጋር ሄደው በሚያስፈራው ቤቱ ይኖራሉ። ይህንን አይነቱን ሞት መጽሐፍ ቅዱስ ምን ብሎ ይጠራዋል?
9. እግዚአብሔር ልዩ ሰው ልኮ ሰዎችን ከሁለተኛ ሞት እንደሚታደጋቸው ቃል ገብቷል። ይህ ሰው ማን ተብሎ ይጠራል?
10. ሰዎች በሰማይ ለመኖር እንከን የለሽ መሆን ለምን አስፈለጋቸው?
11. እግዚአብሔር አዳምና ሔዋንን ፈጽሞ ኃጢአት እንዳልሰሩ ማስመሰል ይችላል?
12. እግዚአብሔር ለሰዎች እነሱን ሳይቀጣ ኃጢአታቸውን እንዴት እንደሚቀጣ አሳያቸው። ምን አይነት እንስሳ ነው እንዲያመጡ የነገራቸው?
13. ሰውየው እጁን በበጉ ላይ ሲያሳርፍ ኃጢአቱ ምን ይሆናል?
14. በጉ በማን ቦታ ሞተ?
15. በጉ ምንም ጥፋት ካልሰራ ለምን ተቀጣ?

162

16. ሰዎች እግዚአብሔር የተናገረውን ካመኑ ሲሞቱ ወደ ሰማይ ይሄዳሉ። እግዚአብሔር እንከን የለሽ በሆነው ቤቱ እንዲኖሩ እንዴት አድርጎ ነው የሚለውጣቸው?
17. ጥሩ ሰዎች ለመሆን ብንሞክር፣ ፈጽሞ ምንም ዓይነት መጥፎ ሃሳብ ባናስብና ባንሰራ በሰማይ ለመኖር እንድንችል እንከን የለሽ መሆን እንችላለን?
18. አዳኝ ለመሆን ሰማይን የተወ ማነው?
19. ኢየሱስ ፈጽሞ ኀጢአት ሰርቶ ስለማያውቅ መሞት ነበረበት?
20. መጽሐፍ ቅዱስ ኢየሱስ ወደ መሰዊያው እንደተወሰዱት በጎች ነው ይለናል። ሰዎች እነዚያን በጎች የሚያስታውሳቸው ኢየሱስ የተጠራበት ስም ማን ይባላል?

21. የሰው ሁሉ ኀጢአት በበጉ ላይ እንዳረፈ ታስታውሳላችሁ? በኢየሱስ ላይ ያረፈው የማን ኀጢአት ነው?
22. በጉ በሰውየው ቦታ ሞተ። ኢየሱስ የሞተው በማን ቦታ ነው?
23. ኢየሱስ ሰዎችን በሰማይ ወደ ሕይወት አመጣቸዋለሁ ሲል እንከን የለሽ ቤቱ ለመኖር ምን ማድረግ ያስፈልጋቸዋል?

16. ሰዎች እግዚአብሔር የተናገረውን ካመኑ ሲሞቱ ወደ ሰማይ ይሄዳሉ። እግዚአብሔር እንከን የለሽ በሆነው ቤቱ እንዲኖሩ እንዴት አድርጎ ነው የሚለውጣቸው?
17. ጥሩ ሰዎች ለመሆን ብንሞክር፣ ፈጽሞ ምንም ዓይነት መጥፎ ሃሳብ ባናስብና ባንሰራ በሰማይ ለመኖር እንድንችል እንከን የለሽ መሆን እንችላለን?
18. አዳኝ ለመሆን ሰማይን የተወ ማነው?
19. ኢየሱስ ፈጽሞ ኀጢአት ሰርቶ ስለማያውቅ መሞት ነበረበት?
20. መጽሐፍ ቅዱስ ኢየሱስ ወደ መሰዊያው እንደተወሰዱት በጎች ነው ይለናል። ሰዎች እነዚያን በጎች የሚያስታውሳቸው ኢየሱስ የተጠራበት ስም ማን ይባላል?

21. የሰው ሁሉ ኀጢአት በበጉ ላይ እንዳረፈ ታስታውሳላችሁ? በኢየሱስ ላይ ያረፈው የማን ኀጢአት ነው?
22. በጉ በሰውየው ቦታ ሞተ። ኢየሱስ የሞተው በማን ቦታ ነው?
23. ኢየሱስ ሰዎችን በሰማይ ወደ ሕይወት አመጣቸዋለሁ ሲል እንከን የለሽ ቤቱ ለመኖር ምን ማድረግ ያስፈልጋቸዋል?

163

የእግዚአብሔርን ደብዳቤ ታምናላችሁ?

ጥያቄዎቹን ሁሉ በትክክል ከመለሳችሁ የእግዚአብሔር ዕቅድ ገብቷችኋል ማለት ነው። የእግዚአብሔር ደብዳቤ የሚለውን ገብቷችኋል ማለት ነው። ያ በጣም አስፈላጊ ነገር ነው። ብዙ ሰዎች ረዥም ዕድሜ ይኖራሉ፤ ግን መጽሐፍ ቅዱስ ስለምን እንደሚናገር አይረዱም።

የእግዚአብሔርን ደብዳቤ መረዳት በጣም ጥሩ ነገር ነው፤ ነገር ግን መልስ መስጠት ያለባችሁ አንድ ትልቅ ጥያቄ አለ። እግዚአብሔር የተናገረው እውነት ነው ብላችሁ ታምናላችሁ? አያችሁ መጽሐፍ ቅዱስን መረዳትና የሚለውን አምኖ መቀበል የተለያየ ነገር ነው።

ተከታዮቹን ጥያቄዎች ለመመለስ ብትሞክሩ የእግዚአብሔርን ደብዳቤ አምናችሁ መቀበላችሁን ለማወቅ ይረዳችኋል።

- ኢየሱስ ማነው ብላችሁ ታምናላችሁ? አንድ ጥሩ ሰው ነው ወይስ ከዚያ በላይ?
- ስለ ራሳችሁ ምን ትላላችሁ? ወደ ሰማይ ሊያስገባን የሚችል ጥሩነት አለን ብላችሁ ታምናላችሁ ወይስ ኀጢአተኛ መሆናችሁን ታምናላችሁ?
- እግዚአብሔር ኀጢአታችሁን ያልፈዋል ብላችሁ ታምናላችሁ ወይስ ኀጢአታችሁ መቀጣት አለበት ብላችሁ ታምናላችሁ?
- በእናንተ ቦታ የተቀጣው ማነው?
- የእናንተ በግ ማነው ብላችሁ ታምናላችሁ?
- ኢየሱስ ኀጢአታችሁን እስከመሸከም ድረስ ወዶኛል ብላችሁ ታምናላችሁ?
- ኢየሱስ ከሞተ በኋላ እንደገና ሕያው ሆነ፤ ለዘላለምም ይኖራል። ይህንን ታምናላችሁ?

የእግዚአብሔርን ደብዳቤ ታምናላችሁ?

ጥያቄዎቹን ሁሉ በትክክል ከመለሳችሁ የእግዚአብሔር ዕቅድ ገብቷችኋል ማለት ነው። የእግዚአብሔር ደብዳቤ የሚለውን ገብቷችኋል ማለት ነው። ያ በጣም አስፈላጊ ነገር ነው። ብዙ ሰዎች ረዥም ዕድሜ ይኖራሉ፤ ግን መጽሐፍ ቅዱስ ስለምን እንደሚናገር አይረዱም።

የእግዚአብሔርን ደብዳቤ መረዳት በጣም ጥሩ ነገር ነው፤ ነገር ግን መልስ መስጠት ያለባችሁ አንድ ትልቅ ጥያቄ አለ። እግዚአብሔር የተናገረው እውነት ነው ብላችሁ ታምናላችሁ? አያችሁ መጽሐፍ ቅዱስን መረዳትና የሚለውን አምኖ መቀበል የተለያየ ነገር ነው።

ተከታዮቹን ጥያቄዎች ለመመለስ ብትሞክሩ የእግዚአብሔርን ደብዳቤ አምናችሁ መቀበላችሁን ለማወቅ ይረዳችኋል።

- ኢየሱስ ማነው ብላችሁ ታምናላችሁ? አንድ ጥሩ ሰው ነው ወይስ ከዚያ በላይ?
- ስለ ራሳችሁ ምን ትላላችሁ? ወደ ሰማይ ሊያስገባን የሚችል ጥሩነት አለን ብላችሁ ታምናላችሁ ወይስ ኀጢአተኛ መሆናችሁን ታምናላችሁ?
- እግዚአብሔር ኀጢአታችሁን ያልፈዋል ብላችሁ ታምናላችሁ ወይስ ኀጢአታችሁ መቀጣት አለበት ብላችሁ ታምናላችሁ?
- በእናንተ ቦታ የተቀጣው ማነው?
- የእናንተ በግ ማነው ብላችሁ ታምናላችሁ?
- ኢየሱስ ኀጢአታችሁን እስከመሸከም ድረስ ወዶኛል ብላችሁ ታምናላችሁ?
- ኢየሱስ ከሞተ በኋላ እንደገና ሕያው ሆነ፤ ለዘላለምም ይኖራል። ይህንን ታምናላችሁ?

164

እነኛህን ጥያቄዎች በትክክል ከመለሳችሁና እውነት መሆናቸውን ካመናችሁ የኀጢአታችሁ ቅጣት ሁሉ ተወስዶላችኋል። ያን ያህል ቀላል ነው። ሁለተኛውን ሞት ወይም የእሳት ባሕርን መፍራት የለባችሁም።

እግዚአብሔር የተናገረውን እውነት ነው ብላችኋልና እርሱን አምናችኋል። አሁን የእግዚአብሔር ወገን ናችሁ። ላይተዋችሁ ቃል ገብቶላችኋል። የትም ብትሄዱ ወይም ምንም ብታደርጉ ሁልጊዜ ከእናንተ ጋር ይሆናል።

በዚህ ምድር ያለውን ኑሮአችሁን ስትጨርሱ እግዚአብሔር ለሰማይ እንከን የለሽ እንደሚያደርጋችሁ ተናግሯል። ለዘላለም ከእርሱ ጋር ትሆናላችሁ። እግዚአብሔር ይህንን ሲል የእውነቱን ነው?

ይህ አሁኑኑ ልትደሰቱበት የሚገባ ነገር ነው። ይህንን በእርግጠኝነት ልታውቁት የምትችሉት ነገር ነው ምክንያቱም የተናገረው እግዚአብሔር ስለሆነና እግዚአብሔር ስለማይዋሽ ነው።

ይህ መጽሐፍ ምናልባት ያስቸገራችሁን ጥያቄ መልሶላችሁ ይሆናል። እግዚአብሔር እኛን ለመርዳት ብዙ ነገር ጽፎልናል። ይህንንም እሱ ለእኛ የጻፈውን ደብዳቤ ስታነቡ ታገኙታላችሁ። መጽሐፍ ቅዱስ በመልሶች የተሞላ ነው።

አንድ ሰው ለእናንተ የተለየ ነገር ሲያደርግላችሁ ታመሰግኑታላችሁ። መጽሐፍ ቅዱስ በማንኛውም ጊዜ ልክ ከጓደኞችን ጋር እንደምንነጋገረው እግዚአብሔርን ልናናግረው እንደምንችል ይነግረናል።

ኢየሱስ ለሰራላችሁ ስራ አመሰግንሃለሁ ለማለት የሚረዳችሁ ጥቂት ቃላት ቀጥለው የተጠቀሱት ናቸው። ለጥቂት ጊዜ ካዳመጣችኋችሁ በኋላ በራሳችሁ ቃል አመስግኑት። አስታውሱ እግዚአብሔር በሁሉ ስፍራ ይገኛል፤ ያዳምጣል።

ኢየሱስ ሆይ እግዚአብሔር እንደሆንክና ሁሉን እንደፈጠርክ አውቃለሁ። አምንሃለሁ። እኔ ኀጢአተኛ ነኝ። ልታድነኝ የምትችል አንተ ብቻ ነህ። ቅጣቴን እንደተቀበልክ አምናለሁ። በእኔ ቦታ ሞተሃል። ይህንን ያህል ስለወደድከኝ አመሰግንሃለሁ። ቃልህን እንደምትጠብቅና ከአንተ ጋር እንድሆን ወደ ሰማይ እንደምትወስደኝ አውቃለሁ።

ኢየሱስ ድንቅ አዳኝ ነው።

ተፈፀመ።

እነኛህን ጥያቄዎች በትክክል ከመለሳችሁና እውነት መሆናቸውን ካመናችሁ የኀጢአታችሁ ቅጣት ሁሉ ተወስዶላችኋል። ያን ያህል ቀላል ነው። ሁለተኛውን ሞት ወይም የእሳት ባሕርን መፍራት የለባችሁም።

እግዚአብሔር የተናገረውን እውነት ነው ብላችኋልና እርሱን አምናችኋል። አሁን የእግዚአብሔር ወገን ናችሁ። ላይተዋችሁ ቃል ገብቶላችኋል። የትም ብትሄዱ ወይም ምንም ብታደርጉ ሁልጊዜ ከእናንተ ጋር ይሆናል።

በዚህ ምድር ያለውን ኑሮአችሁን ስትጨርሱ እግዚአብሔር ለሰማይ እንከን የለሽ እንደሚያደርጋችሁ ተናግሯል። ለዘላለም ከእርሱ ጋር ትሆናላችሁ። እግዚአብሔር ይህንን ሲል የእውነቱን ነው?

ይህ አሁኑኑ ልትደሰቱበት የሚገባ ነገር ነው። ይህንን በእርግጠኝነት ልታውቁት የምትችሉት ነገር ነው ምክንያቱም የተናገረው እግዚአብሔር ስለሆነና እግዚአብሔር ስለማይዋሽ ነው።

ይህ መጽሐፍ ምናልባት ያስቸገራችሁን ጥያቄ መልሶላችሁ ይሆናል። እግዚአብሔር እኛን ለመርዳት ብዙ ነገር ጽፎልናል። ይህንንም እሱ ለእኛ የጻፈውን ደብዳቤ ስታነቡ ታገኙታላችሁ። መጽሐፍ ቅዱስ በመልሶች የተሞላ ነው።

አንድ ሰው ለእናንተ የተለየ ነገር ሲያደርግላችሁ ታመሰግኑታላችሁ። መጽሐፍ ቅዱስ በማንኛውም ጊዜ ልክ ከጓደኞችን ጋር እንደምንነጋገረው እግዚአብሔርን ልናናግረው እንደምንችል ይነግረናል።

ኢየሱስ ለሰራላችሁ ስራ አመሰግንሃለሁ ለማለት የሚረዳችሁ ጥቂት ቃላት ቀጥለው የተጠቀሱት ናቸው። ለጥቂት ጊዜ ካዳመጣችኋችሁ በኋላ በራሳችሁ ቃል አመስግኑት። አስታውሱ እግዚአብሔር በሁሉ ስፍራ ይገኛል፤ ያዳምጣል።

ኢየሱስ ሆይ እግዚአብሔር እንደሆንክና ሁሉን እንደፈጠርክ አውቃለሁ። አምንሃለሁ። እኔ ኀጢአተኛ ነኝ። ልታድነኝ የምትችል አንተ ብቻ ነህ። ቅጣቴን እንደተቀበልክ አምናለሁ። በእኔ ቦታ ሞተሃል። ይህንን ያህል ስለወደድከኝ አመሰግንሃለሁ። ቃልህን እንደምትጠብቅና ከአንተ ጋር እንድሆን ወደ ሰማይ እንደምትወስደኝ አውቃለሁ።

ኢየሱስ ድንቅ አዳኝ ነው።

ተፈፀመ።

165

ምዕራፍ አንድ ጥያቄዎችና መልሶች

1. መጽሐፍ ቅዱስ በጣም ጠቃሚ የሆነ ለእኛ የተላከ ደብዳቤ ነው። ከማን ነው የተላከው? ከእግዚአብሔር
2. መጽሐፍ ቅዱስ እግዚአብሔር እንዳልተወለደ ይናገራል። እግዚአብሔር ይሞታል? አይሞትም
3. በመጀመሪያ ከእግዚአብሔር ጋር የሚኖር ሌላ ፍጥረት ነበር? አልነበረም
4. መላእክትን ማን ፈጠራቸው? እግዚአብሔር
5. ፈጠረ የሚለው ቃል ምን ማለት ነው? አንድ ነገር መሥራት
6. እግዚአብሔርን ልታዩት አትችሉም፤መላእክትንም ማየት አትችሉም፤አጥንትና ሥጋም የላቸውም። ምን ተብለው ይጠራሉ? መንፈስ
7. መላእክት የተሰጣቸው ልዩ ኃላፊነት ምንድነው? የእግዚአብሔር መልእክተኛ
8. አንዳንድ ነገሮችን ለመሥራት መዶሻና ምስማር ያስፈልጉናል። እግዚአብሔር ዓለምን የሠራው እንዴት ነው? በቃሉ በመናገር
9. እግዚአብሔር ሁሉንም በቃሉ በመናገር ፈጠራቸው። ይህ ስለ እግዚአብሔር ምን ይነግረናል? እርሱ በጣም ኀያል መሆኑን
10. እግዚአብሔር ዓለምን በስንት ቀን ፈጠረ? በስድስት
11. አዳምንና ሔዋንን ማን ፈጠራቸው? እግዚአብሔር
12. እግዚአብሔር ከቤተሰቦቻችሁና ከጓደኞቻችሁ ጋር በአንድ ጊዜ መገኘት ከቻለ ይህ ምን ይገልፅላችኋል? እግዚአብሔር በተመሳሳይ ጊዜ በሁሉም ቦታ መሆኑን

ምዕራፍ ሁለት ጥያቄዎችና መልሶች

1. ዓለምና በውስጧ ያሉትን ስትመለከቱ እግዚአብሔር ምን ያህል ኀያል እንደሆነ ታያላችሁ፤ የእግዚአብሔር አዋቂነት ምን ያህል ነው? ሁሉን ያውቃል
2. ዓለም የማን ናት? የእግዚአብሔር
3. ዓለም የእግዚአብሔር የሆነችው እንዴት ነው? እርሱ ስለፈጠራት
4. እግዚአብሔር ዓለምን አስቀያሚ አድርጎ መፍጠር ይችል ነበር፤ ነገር ግን ውብ አድርጎ ፈጠራት። እግዚአብሔር ዓለምን ለምን ውብ አድርጎ ፈጠራት? ስለሚወደን ደስ እንዲለን ነው
5. እግዚአብሔር ደንብን ያስቀመጠው ዓለም በትክክለኛው መንገድ እንዲሰራ ነው። ደንብ ባይኖር ኖሮ ዓለም ምን አይነት ትሆን ነበር? ሐዘን የሞላበት፣ የተዘበራረቀ፣ ግራ የተጋባ፣ ሰላም የለሽ
6. ምንም አይነት ስህተት የሌለበት እና በሁሉም ነገር ጥሩ የሆነን ነገር ምን ብለን እንጠራዋለን? እንከን የለሽ
7. እግዚአብሔር እንከን የለሽ የሆነ ዓለም መፍጠር ለምን ቻለ? እርሱ ፍጹም ስለሆነ

ምዕራፍ አንድ ጥያቄዎችና መልሶች

1. መጽሐፍ ቅዱስ በጣም ጠቃሚ የሆነ ለእኛ የተላከ ደብዳቤ ነው። ከማን ነው የተላከው? ከእግዚአብሔር
2. መጽሐፍ ቅዱስ እግዚአብሔር እንዳልተወለደ ይናገራል። እግዚአብሔር ይሞታል? አይሞትም
3. በመጀመሪያ ከእግዚአብሔር ጋር የሚኖር ሌላ ፍጥረት ነበር? አልነበረም
4. መላእክትን ማን ፈጠራቸው? እግዚአብሔር
5. ፈጠረ የሚለው ቃል ምን ማለት ነው? አንድ ነገር መሥራት
6. እግዚአብሔርን ልታዩት አትችሉም፤መላእክትንም ማየት አትችሉም፤አጥንትና ሥጋም የላቸውም። ምን ተብለው ይጠራሉ? መንፈስ
7. መላእክት የተሰጣቸው ልዩ ኃላፊነት ምንድነው? የእግዚአብሔር መልእክተኛ
8. አንዳንድ ነገሮችን ለመሥራት መዶሻና ምስማር ያስፈልጉናል። እግዚአብሔር ዓለምን የሠራው እንዴት ነው? በቃሉ በመናገር
9. እግዚአብሔር ሁሉንም በቃሉ በመናገር ፈጠራቸው። ይህ ስለ እግዚአብሔር ምን ይነግረናል? እርሱ በጣም ኀያል መሆኑን
10. እግዚአብሔር ዓለምን በስንት ቀን ፈጠረ? በስድስት
11. አዳምንና ሔዋንን ማን ፈጠራቸው? እግዚአብሔር
12. እግዚአብሔር ከቤተሰቦቻችሁና ከጓደኞቻችሁ ጋር በአንድ ጊዜ መገኘት ከቻለ ይህ ምን ይገልፅላችኋል? እግዚአብሔር በተመሳሳይ ጊዜ በሁሉም ቦታ መሆኑን

ምዕራፍ ሁለት ጥያቄዎችና መልሶች

1. ዓለምና በውስጧ ያሉትን ስትመለከቱ እግዚአብሔር ምን ያህል ኀያል እንደሆነ ታያላችሁ፤ የእግዚአብሔር አዋቂነት ምን ያህል ነው? ሁሉን ያውቃል
2. ዓለም የማን ናት? የእግዚአብሔር
3. ዓለም የእግዚአብሔር የሆነችው እንዴት ነው? እርሱ ስለፈጠራት
4. እግዚአብሔር ዓለምን አስቀያሚ አድርጎ መፍጠር ይችል ነበር፤ ነገር ግን ውብ አድርጎ ፈጠራት። እግዚአብሔር ዓለምን ለምን ውብ አድርጎ ፈጠራት? ስለሚወደን ደስ እንዲለን ነው
5. እግዚአብሔር ደንብን ያስቀመጠው ዓለም በትክክለኛው መንገድ እንዲሰራ ነው። ደንብ ባይኖር ኖሮ ዓለም ምን አይነት ትሆን ነበር? ሐዘን የሞላበት፣ የተዘበራረቀ፣ ግራ የተጋባ፣ ሰላም የለሽ
6. ምንም አይነት ስህተት የሌለበት እና በሁሉም ነገር ጥሩ የሆነን ነገር ምን ብለን እንጠራዋለን? እንከን የለሽ
7. እግዚአብሔር እንከን የለሽ የሆነ ዓለም መፍጠር ለምን ቻለ? እርሱ ፍጹም ስለሆነ

166

8. እግዚአብሔር እንከን የለሽ በሆነ ቦታ ላይ ይኖራል። የቦታው ስም ማን ይባላል? ሰማይ
9. መጽሐፍ ቅዱስ ስለ ሰማይ የሚነግረንን ሦስት ነገሮች ጥቀስ? ገጽ 46ን ተመልከቱ

ምዕራፍ ሦስት ጥያቄዎች እና መልሶች

1. የእግዚአብሔር ዋና መልአክ ስም ማን ይባላል? ሳጥናኤል
2. እግዚአብሔር ለሳጥናኤል ልዩ ሥራ ሰጥቶት ነበርን? አዎ
3. ሳጥናኤል እግዚአብሔር በሰጠው ሥራ ደስተኛ ነበር? አልነበረም
4. ሳጥናኤል ምን ፈለገ? እግዚአብሔርን መሆን
5. መጽሐፍ ቅዱስ ሳጥናኤል እግዚአብሔርን ላለመታዘዝ መምረጡን ለመግለፅ የተጠቀመበት ቃል ምን ይባላል? ኀጢአት
6. ሳጥናኤል እግዚአብሔርን መሆን ለምን ፈለገ? ከእግዚአብሔር የበለጠ አዋቂና ብልህ የሆነ ስለመሰለው
7. መጥፎ ሃሳብና መጥፎ ማድረግ ምን ተብሎ ይጠራል? ኀጢአት
8. አንድ ሰው መጥፎ አድርጎ ምንም ሳይደረግ ሲቀር ትክክል ነው? ትክክል አይደለም
9. አንድ ሰው መጥፎ አድርጎ ምንም ሳይደረግ ሲቀር ትክክል ያልሆነው ለምንድነው? ሚዛናዊ አይደለም፤ ስህተት ሁሉ መቀጣት አለበት
10. እግዚአብሔር ሁልጊዜ ቅን ፈራጅ ነው ወይስ አንዳንድ ጊዜ ብቻ? ሁልጊዜ
11. እግዚአብሔር ፍጹም ስለሆነ መጥፎዎቹ መላእክት እንከን የለሽ በሆነ መኖሪያው ውስጥ መኖር አይችሉም። ታዲያ እነርሱን ምን አደረጋቸው? ከሰማይ አባረራቸው።
12. እግዚአብሔር የሳጥናኤልን ስም ሰይጣን በሚል ቀየረው። ሰይጣን የሚለው ስም ትርጓሜው ምንድነው? ጠላት
13. እግዚአብሔር ለሰይጣንና ለመላእክቱ የሰራላቸው ቤት ስሙ ምን ይባላል? የእሳት ባሕር
14. የሰይጣን አዲሱ የመኖሪያ ስፍራ ለመኖር አስደሳች ቦታ ነውን? አይደለም
15. ብዙዎች መላእክት እግዚአብሔርን ታዘዘዋል። እነኚህ ጥሩ መላእክት የሚኖሩት የት ነው? በሰማይ

ምዕራፍ አራት ጥያቄዎች እና መልሶች

1. እግዚአብሔር አዳምና ሔዋንን ስለሚወዳቸውና ስለሚያስብላቸው እንዲኖሩበት የሰራላቸው ልዩ ስፍራ ምን ይባላል? የአትክልት ቦታ
2. እግዚአብሔር ለአዳምና ለሔዋን ስንት ትእዛዝ ሰጣቸው? አንድ
3. እግዚአብሔር ለአዳምና ለሔዋን ምን የሚል ትእዛዝ ሰጣቸው? ከአንዱ ዛፍ ፍሬ እንዳይበሉ

8. እግዚአብሔር እንከን የለሽ በሆነ ቦታ ላይ ይኖራል። የቦታው ስም ማን ይባላል? ሰማይ
9. መጽሐፍ ቅዱስ ስለ ሰማይ የሚነግረንን ሦስት ነገሮች ጥቀስ? ገጽ 46ን ተመልከቱ

ምዕራፍ ሦስት ጥያቄዎች እና መልሶች

1. የእግዚአብሔር ዋና መልአክ ስም ማን ይባላል? ሳጥናኤል
2. እግዚአብሔር ለሳጥናኤል ልዩ ሥራ ሰጥቶት ነበርን? አዎ
3. ሳጥናኤል እግዚአብሔር በሰጠው ሥራ ደስተኛ ነበር? አልነበረም
4. ሳጥናኤል ምን ፈለገ? እግዚአብሔርን መሆን
5. መጽሐፍ ቅዱስ ሳጥናኤል እግዚአብሔርን ላለመታዘዝ መምረጡን ለመግለፅ የተጠቀመበት ቃል ምን ይባላል? ኀጢአት
6. ሳጥናኤል እግዚአብሔርን መሆን ለምን ፈለገ? ከእግዚአብሔር የበለጠ አዋቂና ብልህ የሆነ ስለመሰለው
7. መጥፎ ሃሳብና መጥፎ ማድረግ ምን ተብሎ ይጠራል? ኀጢአት
8. አንድ ሰው መጥፎ አድርጎ ምንም ሳይደረግ ሲቀር ትክክል ነው? ትክክል አይደለም
9. አንድ ሰው መጥፎ አድርጎ ምንም ሳይደረግ ሲቀር ትክክል ያልሆነው ለምንድነው? ሚዛናዊ አይደለም፤ ስህተት ሁሉ መቀጣት አለበት
10. እግዚአብሔር ሁልጊዜ ቅን ፈራጅ ነው ወይስ አንዳንድ ጊዜ ብቻ? ሁልጊዜ
11. እግዚአብሔር ፍጹም ስለሆነ መጥፎዎቹ መላእክት እንከን የለሽ በሆነ መኖሪያው ውስጥ መኖር አይችሉም። ታዲያ እነርሱን ምን አደረጋቸው? ከሰማይ አባረራቸው።
12. እግዚአብሔር የሳጥናኤልን ስም ሰይጣን በሚል ቀየረው። ሰይጣን የሚለው ስም ትርጓሜው ምንድነው? ጠላት
13. እግዚአብሔር ለሰይጣንና ለመላእክቱ የሰራላቸው ቤት ስሙ ምን ይባላል? የእሳት ባሕር
14. የሰይጣን አዲሱ የመኖሪያ ስፍራ ለመኖር አስደሳች ቦታ ነውን? አይደለም
15. ብዙዎች መላእክት እግዚአብሔርን ታዘዘዋል። እነኚህ ጥሩ መላእክት የሚኖሩት የት ነው? በሰማይ

ምዕራፍ አራት ጥያቄዎች እና መልሶች

1. እግዚአብሔር አዳምና ሔዋንን ስለሚወዳቸውና ስለሚያስብላቸው እንዲኖሩበት የሰራላቸው ልዩ ስፍራ ምን ይባላል? የአትክልት ቦታ
2. እግዚአብሔር ለአዳምና ለሔዋን ስንት ትእዛዝ ሰጣቸው? አንድ
3. እግዚአብሔር ለአዳምና ለሔዋን ምን የሚል ትእዛዝ ሰጣቸው? ከአንዱ ዛፍ ፍሬ እንዳይበሉ

167

4. እግዚአብሔር ይህንን ትእዛዝ ካልታዘዙ አዳምና ሔዋን ምን ይሆናሉ አለ? ይሞታሉ
5. አዳምና ሔዋን ከዚያ ከአንዱ ዛፍ ፍሬ ከበሉ ሰይጣን እንደማን ትሆናላችሁ አላቸው? እንደ እግዚአብሔር
6. ሰይጣን ለአዳምና ሔዋን የነገራቸው እውነት ነው ውሸት? ውሸት
7. አዳምና ሔዋን የእግዚአብሔርን አንዱን ትእዛዝ ታዘው ነበር? አልታዘዙም
8. መጽሐፍ ቅዱስ የአዳምና ሔዋንን አለመታዘዝ የገለጸበት ቃል አለ፤ ይህ ቃል ምንድነው? ኀጢአት
9. በኀጢአት ምክንያት ወደ ዓለም የገባው ምንድነው? ሞት
10. መጽሐፍ ቅዱስ ስለ ሞት ሲናገር በሰማይ ላይ ኮከብ ትሆናለህ ማለቱ ነው ወይስ ከጓደኛህ ለዘላለም ትለያለህ? ከጓደኛህ ለዘላለም ትለያለህ
11. እግዚአብሔር አዳምና ሔዋን ከሰይጣን ጋር እንዲኖሩ አልፈለገም ነበር። እግዚአብሔር ለአዳምና ሔዋን እንደገና እንከን የለሽ የሚሆኑበትን መንገድ እንደሚሰራ ለምን ነገራቸው? ስለሚወዳቸው

ምዕራፍ አምስት ጥያቄዎች እና መልሶች

1. አዳምና ሔዋን ከሰይጣን ጋር በመሆናቸው ምክንያት ሲሞቱ ከእግዚአብሔር ለዘላለም ተለይተው በሰይጣን አስፈሪ ቤት ይኖራሉ። መጽሐፍ ቅዱስ ይሄንን ምን ዓይነት ሞት ብሎ ይጠራዋል? ሁለተኛ ሞት
2. እግዚአብሔር ፍጹም በሆነው ቤቱ አዳምና ሔዋን አብረውት እንዲኖሩ ይፈልጋል። የእግዚአብሔር ሃሳብ ያልተደናቀፈው ለምንድነው? እግዚአብሔር ዕቅድ ስላለው
3. እግዚአብሔር ለአዳምና ሔዋን ዕቅዱን በሙሉ ነግሯቸዋል? አልነገራቸውም
4. እግዚአብሔር ከሁለተኛው ሞት እንዲያድናቸው ልዩ ሰው እንደሚልክላቸው ቃል ገብቶላቸዋል። ይህ ሰው ማን ተብሎ ይጠራል? አዳኝ
5. አዳምና ሔዋን እግዚአብሔር የተናገረውን ማመን አለባቸው? አዎን
6. ዮሐንስ ወንድ አያቱን ያመነበት ምክንያት ወንድ አያቱ የተናገሩትን ስላመነ ነው ወይስ ያደረጉት ቦት ጫማ ውሃ ስለማያስገባ ነው? ወንድ አያቱ የተናገሩትን ስላመነ ነው
7. ዮሐንስ ወንድ አያቱን ያመነበት ምክንያት ወንድ አያቱ እንደሚያስቡለት በማወቁ ነው ወይስ አያቱ ሌላ የሚሰሩት ስራ ስለሌላቸው ነው? እንደሚያስቡለት በማወቁ
8. ዮሐንስ ውሃ ውስጥ ሲንፈራገጥ ወንድ አያቱ እርሱን ከማዳናቸው በፊት ጥሩ ልጅ ሊሆን ቃል መግባት ነበረበት? አልነበረበትም
9. እግዚአብሔር አድናችኋለሁ ብሎ ከመናገሩ በፊት አዳምና ሔዋን ሁለተኛ ምንም መጥፎ ነገር እንደማያደርጉ ቃል መግባት ነበረባቸው? አልነበረባቸውም
10. የዮሐንስ አያት እምነኝ ሲሉ እውነታቸውን ነው? አዎን

4. እግዚአብሔር ይህንን ትእዛዝ ካልታዘዙ አዳምና ሔዋን ምን ይሆናሉ አለ? ይሞታሉ
5. አዳምና ሔዋን ከዚያ ከአንዱ ዛፍ ፍሬ ከበሉ ሰይጣን እንደማን ትሆናላችሁ አላቸው? እንደ እግዚአብሔር
6. ሰይጣን ለአዳምና ሔዋን የነገራቸው እውነት ነው ውሸት? ውሸት
7. አዳምና ሔዋን የእግዚአብሔርን አንዱን ትእዛዝ ታዘው ነበር? አልታዘዙም
8. መጽሐፍ ቅዱስ የአዳምና ሔዋንን አለመታዘዝ የገለጸበት ቃል አለ፤ ይህ ቃል ምንድነው? ኀጢአት
9. በኀጢአት ምክንያት ወደ ዓለም የገባው ምንድነው? ሞት
10. መጽሐፍ ቅዱስ ስለ ሞት ሲናገር በሰማይ ላይ ኮከብ ትሆናለህ ማለቱ ነው ወይስ ከጓደኛህ ለዘላለም ትለያለህ? ከጓደኛህ ለዘላለም ትለያለህ
11. እግዚአብሔር አዳምና ሔዋን ከሰይጣን ጋር እንዲኖሩ አልፈለገም ነበር። እግዚአብሔር ለአዳምና ሔዋን እንደገና እንከን የለሽ የሚሆኑበትን መንገድ እንደሚሰራ ለምን ነገራቸው? ስለሚወዳቸው

ምዕራፍ አምስት ጥያቄዎች እና መልሶች

1. አዳምና ሔዋን ከሰይጣን ጋር በመሆናቸው ምክንያት ሲሞቱ ከእግዚአብሔር ለዘላለም ተለይተው በሰይጣን አስፈሪ ቤት ይኖራሉ። መጽሐፍ ቅዱስ ይሄንን ምን ዓይነት ሞት ብሎ ይጠራዋል? ሁለተኛ ሞት
2. እግዚአብሔር ፍጹም በሆነው ቤቱ አዳምና ሔዋን አብረውት እንዲኖሩ ይፈልጋል። የእግዚአብሔር ሃሳብ ያልተደናቀፈው ለምንድነው? እግዚአብሔር ዕቅድ ስላለው
3. እግዚአብሔር ለአዳምና ሔዋን ዕቅዱን በሙሉ ነግሯቸዋል? አልነገራቸውም
4. እግዚአብሔር ከሁለተኛው ሞት እንዲያድናቸው ልዩ ሰው እንደሚልክላቸው ቃል ገብቶላቸዋል። ይህ ሰው ማን ተብሎ ይጠራል? አዳኝ
5. አዳምና ሔዋን እግዚአብሔር የተናገረውን ማመን አለባቸው? አዎን
6. ዮሐንስ ወንድ አያቱን ያመነበት ምክንያት ወንድ አያቱ የተናገሩትን ስላመነ ነው ወይስ ያደረጉት ቦት ጫማ ውሃ ስለማያስገባ ነው? ወንድ አያቱ የተናገሩትን ስላመነ ነው
7. ዮሐንስ ወንድ አያቱን ያመነበት ምክንያት ወንድ አያቱ እንደሚያስቡለት በማወቁ ነው ወይስ አያቱ ሌላ የሚሰሩት ስራ ስለሌላቸው ነው? እንደሚያስቡለት በማወቁ
8. ዮሐንስ ውሃ ውስጥ ሲንፈራገጥ ወንድ አያቱ እርሱን ከማዳናቸው በፊት ጥሩ ልጅ ሊሆን ቃል መግባት ነበረበት? አልነበረበትም
9. እግዚአብሔር አድናችኋለሁ ብሎ ከመናገሩ በፊት አዳምና ሔዋን ሁለተኛ ምንም መጥፎ ነገር እንደማያደርጉ ቃል መግባት ነበረባቸው? አልነበረባቸውም
10. የዮሐንስ አያት እምነኝ ሲሉ እውነታቸውን ነው? አዎን

168

11. እግዚአብሔር ሰዎችን እመኑኝና ስትሞቱ እንከን የለሽ አደርጋችኋለሁ ሲል እውነቱን ነው? *አዎን*
12. ሰዎች በሰማይ ለመኖር ለምን እንከን የለሽ መሆን አስፈለጋቸው? *ፍጹም ከሆነ እግዚአብሔር ጋር መኖር የሚችሉት እንከን የለሽ የሆኑ ሰዎች ብቻ ስለሆኑ*

ምዕራፍ ስድስት ጥያቄዎች እና መልሶች

1. እግዚአብሔር አዳምና ሔዋንን ሲቀጣ ያልፈለገው ለምንድን ነው? *ስለሚወዳቸው ነው*
2. እግዚአብሔር አዳምና ሔዋን ኃጢአት እንዳልሰሩ ማስመሰል ይችላል? *አይችልም*
3. እግዚአብሔር ሰዎችን ሳይሆን ኃጢአትን እንዴት እንደሚቀጣ ዕቅዱን አሳይቶአቸዋል። ምን አይነት እንስሳ ነው እንዲያመጡ የተጠየቁት? *በግ*
4. በጉ ሴት ወይስ ወንድ መሆን ነው ያለበት? *ወንድ*
5. በጉ እግሩ የተሰበረ፣ የታመመ ወይም ፀጉሩ የረገፈ መሆን ይችላል? ምን አይነት በግ ነው መሆን ያለበት? *አይችልም። ምንም ዓይነት እንከን የሌለበት መሆን አለበት*
6. ምን ወደተባለ ልዩ የመሞቻ ሥፍራ በጉን መውሰድ አለባቸው? *መሰዊያ ወደተባለ*
7. ሰውየው በበጉ ምን ላይ ነው እጁን መጫን ያለበት? *ራስ ላይ*
8. ሰውየው እጁን በበጉ ራስ ላይ ሲያስቀምጥ ኃጢአቱ ምን ይሆናል? *የሰውየው ኀጢአት ወደ በጉ ይተላለፋል*
9. በጉ የሰውየውን ኃጢአት ስለተሸከመ ምን መደረግ አለበት? *መሞት*
10. በጉ ምንም ጥፋት አላጠፋም። መሞት ይገባው ነበር? *አይገባውም*
11. መጽሐፍ ቅዱስ የኃጢአት ቅጣት ሞት ነው ይላል። በጉ በማን ቦታ ነው የሞተው? *በሰውየው*
12. በጉ ጥፋት ካላጠፋ ለምን ተቀጣ? *የሰውየውን ኀጢአት ስለተሸከመ*
13. ሰውየው እግዚአብሔር እንዳዘዘው በግ አመጣ። ይህን ያደረገበት ምክንያት እግዚአብሔር በግ የማይወድ መስሎት ነው ወይስ እግዚአብሔር የተናገረውን አምኖ ነው? *እግዚአብሔር የተናገረውን አምኖ*
14. ሰዎች እግዚአብሔር የተናገረውን ካመኑ ሲሞቱ ወደ ሰማይ ይሄዳሉ። በሰማይ መኖር እንዲችሉ እግዚአብሔር የሚለውጣቸው እንዴት ነው? *እንከን የለሽ ያደርጋቸዋል*

ምዕራፍ ሰባት ጥያቄዎች እና መልሶች

1. ሰዎች ኀጢአት ሲሰሩ እግዚአብሔር እንዳልሰሩ ማስመሰል ይችላል? *አይችልም*
2. እግዚአብሔር ሰዎችን ሳይቀጣ ኀጢአትን እንዴት እንደሚቀጣ ለማሳየት አንድ ነገር እንዲያደርጉ አዘዛቸው። ያዘዛቸው ምን እንዲያመጡ ነበር? *ወንድ በግ*
3. በጉን ያመጣው ሰው እጁን በበጉ ራስ ላይ ያደርጋል። ይሄ ምንን ያሳያል? *የሰውየው ኀጢአት ወደ በጉ መተላለፉን*

11. እግዚአብሔር ሰዎችን እመኑኝና ስትሞቱ እንከን የለሽ አደርጋችኋለሁ ሲል እውነቱን ነው? *አዎን*
12. ሰዎች በሰማይ ለመኖር ለምን እንከን የለሽ መሆን አስፈለጋቸው? *ፍጹም ከሆነ እግዚአብሔር ጋር መኖር የሚችሉት እንከን የለሽ የሆኑ ሰዎች ብቻ ስለሆኑ*

ምዕራፍ ስድስት ጥያቄዎች እና መልሶች

1. እግዚአብሔር አዳምና ሔዋንን ሲቀጣ ያልፈለገው ለምንድን ነው? *ስለሚወዳቸው ነው*
2. እግዚአብሔር አዳምና ሔዋን ኃጢአት እንዳልሰሩ ማስመሰል ይችላል? *አይችልም*
3. እግዚአብሔር ሰዎችን ሳይሆን ኃጢአትን እንዴት እንደሚቀጣ ዕቅዱን አሳይቶአቸዋል። ምን አይነት እንስሳ ነው እንዲያመጡ የተጠየቁት? *በግ*
4. በጉ ሴት ወይስ ወንድ መሆን ነው ያለበት? *ወንድ*
5. በጉ እግሩ የተሰበረ፣ የታመመ ወይም ፀጉሩ የረገፈ መሆን ይችላል? ምን አይነት በግ ነው መሆን ያለበት? *አይችልም። ምንም ዓይነት እንከን የሌለበት መሆን አለበት*
6. ምን ወደተባለ ልዩ የመሞቻ ሥፍራ በጉን መውሰድ አለባቸው? *መሰዊያ ወደተባለ*
7. ሰውየው በበጉ ምን ላይ ነው እጁን መጫን ያለበት? *ራስ ላይ*
8. ሰውየው እጁን በበጉ ራስ ላይ ሲያስቀምጥ ኃጢአቱ ምን ይሆናል? *የሰውየው ኀጢአት ወደ በጉ ይተላለፋል*
9. በጉ የሰውየውን ኃጢአት ስለተሸከመ ምን መደረግ አለበት? *መሞት*
10. በጉ ምንም ጥፋት አላጠፋም። መሞት ይገባው ነበር? *አይገባውም*
11. መጽሐፍ ቅዱስ የኃጢአት ቅጣት ሞት ነው ይላል። በጉ በማን ቦታ ነው የሞተው? *በሰውየው*
12. በጉ ጥፋት ካላጠፋ ለምን ተቀጣ? *የሰውየውን ኀጢአት ስለተሸከመ*
13. ሰውየው እግዚአብሔር እንዳዘዘው በግ አመጣ። ይህን ያደረገበት ምክንያት እግዚአብሔር በግ የማይወድ መስሎት ነው ወይስ እግዚአብሔር የተናገረውን አምኖ ነው? *እግዚአብሔር የተናገረውን አምኖ*
14. ሰዎች እግዚአብሔር የተናገረውን ካመኑ ሲሞቱ ወደ ሰማይ ይሄዳሉ። በሰማይ መኖር እንዲችሉ እግዚአብሔር የሚለውጣቸው እንዴት ነው? *እንከን የለሽ ያደርጋቸዋል*

ምዕራፍ ሰባት ጥያቄዎች እና መልሶች

1. ሰዎች ኀጢአት ሲሰሩ እግዚአብሔር እንዳልሰሩ ማስመሰል ይችላል? *አይችልም*
2. እግዚአብሔር ሰዎችን ሳይቀጣ ኀጢአትን እንዴት እንደሚቀጣ ለማሳየት አንድ ነገር እንዲያደርጉ አዘዛቸው። ያዘዛቸው ምን እንዲያመጡ ነበር? *ወንድ በግ*
3. በጉን ያመጣው ሰው እጁን በበጉ ራስ ላይ ያደርጋል። ይሄ ምንን ያሳያል? *የሰውየው ኀጢአት ወደ በጉ መተላለፉን*

169

4. በጉ አሁን የሰውየውን ኀጢአት ስለተሸከመ ምን ይሆናል? ይሞታል
5. ሞት የኀጢአት ቅጣት መሆኑን መጽሐፍ ቅዱስ ይነግረናል። በጉ በማን ቦታ ነው የሞተው? በሰውየው
6. አንዳንድ ሰዎች የእግዚአብሔርን ዕቅድ አልተቀበሉም፤ የራሳቸውን ትእዛዛት ፈጠሩ። እግዚአብሔርን ለማስደሰት ምን ማድረግ ያለባቸው መሰላቸው? ከመጥፎ ሥራ የበለጠ ጥሩ መስራት
7. አንድ ሰው እንከን የለሽነቱን እንደያዘ ስንት ነገሮች መስረቅ ይችላል? ምንም
8. ሰዎች ገንዘብን ከእግዚአብሔር በላይ ሲወዱ መጽሐፍ ቅዱስ ይህን ምን ብሎ ይጠራዋል? ኀጢአት
9. በትንሹ መዋሸት ተፈቅዷል? አልተፈቀደም
10. በትንሹ መዋሸት ሰውን ኀጢአተኛ ያደርገዋል? አዎን
11. ሰዎች ሲናደዱ መጽሐፍ ቅዱስ ይህን ምን ብሎ ይጠራዋል? ኀጢአት
12. ልጆች ለወላጆቻቸው መጥፎ መልስ ሲሰጡ መጽሐፍ ቅዱስ ይህን ምን ብሎ ይጠራዋል? ኀጢአት
13. ሰዎች በልባችን የምናስበውን አያውቁም፤ እግዚአብሔርስ ምን ያህል ያውቃል? ሁሉንም ያውቃል
14. በጣም ጥሩ ለመሆን ብንሞክር፣መጥፎ ባናስብና ባናደርግ እንከን የለሽ ሆነን በሰማይ መኖር እንችላለን? አንችልም

ምዕራፍ ስምንት ጥያቄዎች እና መልሶች

1. አዳኝ ለመሆን ሰማይን የተወው ማን ነው? እግዚአብሔር
2. አዳኝ ለመሆን እግዚአብሔር ሰው ሆነ። ይህ ማለት አምላክ መሆን አቆመ ማለት ነው? አይደለም፤አላቆመም
3. ጌታ እኛን ለማዳን መንገዱ እንደኛ መሆን ብቻ መሆኑን ያውቃል። እርሱ ወደ ምድር እንዴት መጣ? ሕፃን ሆኖ
4. ጌታ ሕፃን ሆኖ በጎችና ጠቦቶች በሚጠለሉበት ግርግም ውስጥ ተወለደ። የመጀመሪያ ጠያቂዎቹ እነማን ነበሩ? እረኞች
5. እግዚአብሔር ወደ መሬት ሲመጣ የተሰጠው ስም ማን ይባላል? ኢየሱስ
6. ኢየሱስ የሚለው ስም የሚያድን እግዚአብሔር ነው ማለት ነው። ኢየሱስ ሌላስ ማን ተብሎ ይጠራል? አዳኝ
7. ኢየሱስ እውሮች እንዲያዩ፣ መራመድ የማይችሉ እንዲራመዱ የሞቱትንም ወደ ሕይወት ያመጣው ለምንድነው? እግዚአብሔር መሆኑን ሰዎች እንዲያውቁ ነው
8. ጴጥሮስና ጓደኞቹ በውሃ ላይ እየተራመደ ሲመጣ ያዩት ማንን ነው? ኢየሱስን
9. ጴጥሮስ ማዕበልና ነፋሱን ማየት ሲጀምር ምን ተፈጠረ? መስጠም ጀመረ
10. ጴጥሮስ በራሱ መታገል ወይም ደግሞ እንዲያድነው ኢየሱስን መጥራት ይችላል። እርሱ ምን አደረገ? ኢየሱስ እንዲያድነው ተጣራ

4. በጉ አሁን የሰውየውን ኀጢአት ስለተሸከመ ምን ይሆናል? ይሞታል
5. ሞት የኀጢአት ቅጣት መሆኑን መጽሐፍ ቅዱስ ይነግረናል። በጉ በማን ቦታ ነው የሞተው? በሰውየው
6. አንዳንድ ሰዎች የእግዚአብሔርን ዕቅድ አልተቀበሉም፤ የራሳቸውን ትእዛዛት ፈጠሩ። እግዚአብሔርን ለማስደሰት ምን ማድረግ ያለባቸው መሰላቸው? ከመጥፎ ሥራ የበለጠ ጥሩ መስራት
7. አንድ ሰው እንከን የለሽነቱን እንደያዘ ስንት ነገሮች መስረቅ ይችላል? ምንም
8. ሰዎች ገንዘብን ከእግዚአብሔር በላይ ሲወዱ መጽሐፍ ቅዱስ ይህን ምን ብሎ ይጠራዋል? ኀጢአት
9. በትንሹ መዋሸት ተፈቅዷል? አልተፈቀደም
10. በትንሹ መዋሸት ሰውን ኀጢአተኛ ያደርገዋል? አዎን
11. ሰዎች ሲናደዱ መጽሐፍ ቅዱስ ይህን ምን ብሎ ይጠራዋል? ኀጢአት
12. ልጆች ለወላጆቻቸው መጥፎ መልስ ሲሰጡ መጽሐፍ ቅዱስ ይህን ምን ብሎ ይጠራዋል? ኀጢአት
13. ሰዎች በልባችን የምናስበውን አያውቁም፤ እግዚአብሔርስ ምን ያህል ያውቃል? ሁሉንም ያውቃል
14. በጣም ጥሩ ለመሆን ብንሞክር፣መጥፎ ባናስብና ባናደርግ እንከን የለሽ ሆነን በሰማይ መኖር እንችላለን? አንችልም

ምዕራፍ ስምንት ጥያቄዎች እና መልሶች

1. አዳኝ ለመሆን ሰማይን የተወው ማን ነው? እግዚአብሔር
2. አዳኝ ለመሆን እግዚአብሔር ሰው ሆነ። ይህ ማለት አምላክ መሆን አቆመ ማለት ነው? አይደለም፤አላቆመም
3. ጌታ እኛን ለማዳን መንገዱ እንደኛ መሆን ብቻ መሆኑን ያውቃል። እርሱ ወደ ምድር እንዴት መጣ? ሕፃን ሆኖ
4. ጌታ ሕፃን ሆኖ በጎችና ጠቦቶች በሚጠለሉበት ግርግም ውስጥ ተወለደ። የመጀመሪያ ጠያቂዎቹ እነማን ነበሩ? እረኞች
5. እግዚአብሔር ወደ መሬት ሲመጣ የተሰጠው ስም ማን ይባላል? ኢየሱስ
6. ኢየሱስ የሚለው ስም የሚያድን እግዚአብሔር ነው ማለት ነው። ኢየሱስ ሌላስ ማን ተብሎ ይጠራል? አዳኝ
7. ኢየሱስ እውሮች እንዲያዩ፣ መራመድ የማይችሉ እንዲራመዱ የሞቱትንም ወደ ሕይወት ያመጣው ለምንድነው? እግዚአብሔር መሆኑን ሰዎች እንዲያውቁ ነው
8. ጴጥሮስና ጓደኞቹ በውሃ ላይ እየተራመደ ሲመጣ ያዩት ማንን ነው? ኢየሱስን
9. ጴጥሮስ ማዕበልና ነፋሱን ማየት ሲጀምር ምን ተፈጠረ? መስጠም ጀመረ
10. ጴጥሮስ በራሱ መታገል ወይም ደግሞ እንዲያድነው ኢየሱስን መጥራት ይችላል። እርሱ ምን አደረገ? ኢየሱስ እንዲያድነው ተጣራ

170

ምዕራፍ ዘጠኝ ጥያቄዎች እና መልሶች

1. ኢየሱስ እንደማንኛውም ሰው በምድር ላይ ኖረ። ነገር ግን ኢየሱስ የተለየ ነበረ። ኢየሱስ ፈጽሞ ያልሰራው ምን ነበር? ኀጢአት
2. ሞት ወደ ዓለም የመጣው በኀጢአት ምክንያት ነው። ኢየሱስ ግን ፈጽሞ ኀጢአት አልሰራም። ኢየሱስ መሞት ነበረበት? አልነበረበትም
3. ኢየሱስ ሰዎች እንደሚመቱት በእንጨት መስቀልም ላይ ሰቅለው እንደሚገድሉት ተናገረ። ለሦስት ቀን ከሞተ በኋላ ወደ ሕይወት ይመለሳል። እነዚህ ሁሉ ከመሆናቸው በፊት ኢየሱስ እንዴት አውቆ ሊናገር ቻለ? እግዚአብሔር ስለሆነ ሁሉን ነገር ያውቃል
4. መጽሐፍ ቅዱስ ኢየሱስ ወደ መሰዊያው እንደመጣው በግ ነው ይለናል። ይህንን ለማስታወስ ኢየሱስ የተጠራበት ስም ምን ይባላል? የእግዚአብሔር በግ
5. በጎቹ እንከን የለሽ መሆን ነበረባቸው። ኢየሱስ እንከን የለሽ የሆነው እንዴት ነው? እርሱ ፈጽሞ ኀጢአት አልሰራም
6. በጎቹ ወደ መሰዊያ (ልዩ የመታረጃ ስፍራ) መወሰድ ነበረባቸው። ኢየሱስ ምን ወደ ተባለ የመሞቻ ሥፍራ ተወሰደ? የእንጨት መስቀል
7. ኀጢአታችን ሁሉ ወደ ኢየሱስ ስለተላለፈ እርሱ ምን መሆን ነበረበት? መሞት
8. ኢየሱስ ለኀጢአታችን ሁሉ የሚገባውን ቅጣት እንደተቀበለ መጽሐፍ ቅዱስ ይነግረናል። ሳይቀጣ የቀረ ምን ያህል ኀጢአት ቀርቷል? ምንም
9. በጎችን ወደ መሰዊያው ስፍራ ማምጣት የሌለብን ለምንድነው? ኢየሱስ የመጨረሻው በግ ስለሆነ ነው

ምዕራፍ አስር ጥያቄዎች እና መልሶች

1. ከብዙ አመታት በፊት ሰዎች በግ እንዲኖራቸው ያስፈልግ ነበር። የእኛ በግ ማነው? ኢየሱስ
2. ሰዎቹ የሚያመጡት በግ እንከን የለሽ ነበር። ፍጹም የሆነ ኑሮ የኖረና ፈጽሞ ኀጢአት ያልሰራ ብቸኛ ሰው ማነው? ኢየሱስ
3. ሰዎቹ በጎቻቸውን ወደ መሰዊያ (ልዩ የመታረጃ ቦታ) ማምጣት ነበረባቸው። ኢየሱስ ይሞት ዘንድ ወደ የት ተወሰደ? ወደ መስቀል
4. የሕዝቡ ሁሉ ኀጢአት በበጉ ላይ እንዳረፈ ታስታውሳላችሁ? በኢየሱስ ላይ ያረፈው የማን ኀጢአት ነው? የእኛ
5. በጉ የሰዎቹን ሁሉ ኀጢአት ስለተሸከመ መሞት ነበረበት፤ በእኛ ቦታ የሞተው ማነው? ኢየሱስ
6. በጉ በሰውየው ቦታ ሞተ። ኢየሱስ በማን ቦታ ሞተ? በእኛ ቦታ
7. ኢየሱስ ከሞተ በኋላ ሰውነቱ ልዩ ቦታ ውስጥ ተቀመጠ። ትልቅ ድንጋይ አንከባለው በሩን ዘጉት። እንዲህ ያለ ቦታ ምን ይባላል? መቃብር

ምዕራፍ ዘጠኝ ጥያቄዎች እና መልሶች

1. ኢየሱስ እንደማንኛውም ሰው በምድር ላይ ኖረ። ነገር ግን ኢየሱስ የተለየ ነበረ። ኢየሱስ ፈጽሞ ያልሰራው ምን ነበር? ኀጢአት
2. ሞት ወደ ዓለም የመጣው በኀጢአት ምክንያት ነው። ኢየሱስ ግን ፈጽሞ ኀጢአት አልሰራም። ኢየሱስ መሞት ነበረበት? አልነበረበትም
3. ኢየሱስ ሰዎች እንደሚመቱት በእንጨት መስቀልም ላይ ሰቅለው እንደሚገድሉት ተናገረ። ለሦስት ቀን ከሞተ በኋላ ወደ ሕይወት ይመለሳል። እነዚህ ሁሉ ከመሆናቸው በፊት ኢየሱስ እንዴት አውቆ ሊናገር ቻለ? እግዚአብሔር ስለሆነ ሁሉን ነገር ያውቃል
4. መጽሐፍ ቅዱስ ኢየሱስ ወደ መሰዊያው እንደመጣው በግ ነው ይለናል። ይህንን ለማስታወስ ኢየሱስ የተጠራበት ስም ምን ይባላል? የእግዚአብሔር በግ
5. በጎቹ እንከን የለሽ መሆን ነበረባቸው። ኢየሱስ እንከን የለሽ የሆነው እንዴት ነው? እርሱ ፈጽሞ ኀጢአት አልሰራም
6. በጎቹ ወደ መሰዊያ (ልዩ የመታረጃ ስፍራ) መወሰድ ነበረባቸው። ኢየሱስ ምን ወደ ተባለ የመሞቻ ሥፍራ ተወሰደ? የእንጨት መስቀል
7. ኀጢአታችን ሁሉ ወደ ኢየሱስ ስለተላለፈ እርሱ ምን መሆን ነበረበት? መሞት
8. ኢየሱስ ለኀጢአታችን ሁሉ የሚገባውን ቅጣት እንደተቀበለ መጽሐፍ ቅዱስ ይነግረናል። ሳይቀጣ የቀረ ምን ያህል ኀጢአት ቀርቷል? ምንም
9. በጎችን ወደ መሰዊያው ስፍራ ማምጣት የሌለብን ለምንድነው? ኢየሱስ የመጨረሻው በግ ስለሆነ ነው

ምዕራፍ አስር ጥያቄዎች እና መልሶች

1. ከብዙ አመታት በፊት ሰዎች በግ እንዲኖራቸው ያስፈልግ ነበር። የእኛ በግ ማነው? ኢየሱስ
2. ሰዎቹ የሚያመጡት በግ እንከን የለሽ ነበር። ፍጹም የሆነ ኑሮ የኖረና ፈጽሞ ኀጢአት ያልሰራ ብቸኛ ሰው ማነው? ኢየሱስ
3. ሰዎቹ በጎቻቸውን ወደ መሰዊያ (ልዩ የመታረጃ ቦታ) ማምጣት ነበረባቸው። ኢየሱስ ይሞት ዘንድ ወደ የት ተወሰደ? ወደ መስቀል
4. የሕዝቡ ሁሉ ኀጢአት በበጉ ላይ እንዳረፈ ታስታውሳላችሁ? በኢየሱስ ላይ ያረፈው የማን ኀጢአት ነው? የእኛ
5. በጉ የሰዎቹን ሁሉ ኀጢአት ስለተሸከመ መሞት ነበረበት፤ በእኛ ቦታ የሞተው ማነው? ኢየሱስ
6. በጉ በሰውየው ቦታ ሞተ። ኢየሱስ በማን ቦታ ሞተ? በእኛ ቦታ
7. ኢየሱስ ከሞተ በኋላ ሰውነቱ ልዩ ቦታ ውስጥ ተቀመጠ። ትልቅ ድንጋይ አንከባለው በሩን ዘጉት። እንዲህ ያለ ቦታ ምን ይባላል? መቃብር

171

8. ኢየሱስ ከሞተ ከሦስት ቀን በኋላ ምን ሆነ? ሕያው ሆነ
9. ኢየሱስ ከሞት ከተነሳ በኋላ እነሱንም ከሞት ሊያስነሳቸው እንደሚችል ለሰዎች አሳያቸው። ወደ ሕይወት የሚያመጣቸው የት ይመስላችኋል? በሰማይ
10. ኢየሱስ ሰዎችን በሰማይ ወደ ሕይወት አመጣቸዋለሁ ሲል እንከን የለሽ በሆነው ቤቱ ለመኖር ምን ማድረግ ያስፈልጋቸዋል? በእርሱ ማመን ወይም የተናገረውን ማመን
11. ሁለተኛ ስህተት እንዳይሰሩ ቃል መግባት አለባቸው? የለባቸውም ኢየሱስ እንደሚያድናቸው ማመን አለባቸው? አዎን ከመጥፎ ነገር የበለጠ ጥሩ ነገር እንደሚሰሩ ቃል መግባት አለባቸው? የለባቸውም ኢየሱስ በእነሱ ቦታ እንደሞተ ማመን አለባቸው? አዎን
12. ኢየሱስ እንደ በጉ በእርሱ ቦታ መሞቱን ለሚያምን ለማንኛውም ሰው በሰማይ መኖር እንደሚችል እግዚአብሔር የተናገረው እውነት ነውን? አዎን

የእግዚአብሔርን ደብዳቤ ተረድታችሁታል? መልሶች

1. እግዚአብሔር ሁሉንም ነገር በቃሉ በመናገር ሰራቸው። ይኼ ስለ እግዚአብሔር ምን ይነግረናል? እርሱ በጣም ኀያል ነው
2. እግዚአብሔር እንከን የለሽ የሆነ ዓለም መፍጠር የሚችለው ለምንድነው? እርሱ ፍጹም ስለሆነ
3. የሉሲፈርን አለመታዘዝ መጽሐፍ ቅዱስ በአንድ ልዩ ቃል ይገልጸዋል። ያ ቃል ምንድነው? ኀጢአት
4. አንድ ሰው መጥፎ ሥራ ሰርቶ ከተጠያቂነት ማምለጥ የማይችለው ለምንድነው? መጥፎ ሥራ ሁሉ መቀጣት ስላለበት
5. እግዚአብሔር ለሰይጣንና ለመጥፎዎቹ መላእክት የሰራው ቤት ምን ተብሎ ይጠራል? የእሳት ባህር
6. የአዳምንና የሔዋንን አለመታዘዝ መጽሐፍ ቅዱስ የገለጸበት ቃል ምንድነው? ኀጢአት
7. በኀጢአት ምክንያት ወደ ዓለም የገባው ምንድነው? ሞት
8. አዳምና ሔዋን እንከን የለሽ መሆናቸው ቀርቷል። ሲሞቱ ከሰይጣን ጋር ሄደው በሚያስፈራው ቤቱ ይኖራሉ። ይህንን አይነቱን ሞት መጽሐፍ ቅዱስ ምን ብሎ ይጠራዋል? ሁለተኛ ሞት
9. እግዚአብሔር ልዩ ሰው ልኮ ሰዎችን ከሁለተኛ ሞት እንደሚታደጋቸው ቃል ገብቷል። ይህ ሰው ማን ተብሎ ይጠራል? አዳኝ
10. ሰዎች በሰማይ ለመኖር እንከን የለሽ መሆን ለምን አስፈለጋቸው? ፍጹም ከሆነው አምላክ ጋር መኖር የሚችሉት እንከን የለሽ ሰዎች ብቻ ናቸው
11. እግዚአብሔር አዳምና ሔዋንን ፈጽሞ ኀጢአት እንዳልሰሩ ማስመሰል ይችላል? አይችልም

8. ኢየሱስ ከሞተ ከሦስት ቀን በኋላ ምን ሆነ? ሕያው ሆነ
9. ኢየሱስ ከሞት ከተነሳ በኋላ እነሱንም ከሞት ሊያስነሳቸው እንደሚችል ለሰዎች አሳያቸው። ወደ ሕይወት የሚያመጣቸው የት ይመስላችኋል? በሰማይ
10. ኢየሱስ ሰዎችን በሰማይ ወደ ሕይወት አመጣቸዋለሁ ሲል እንከን የለሽ በሆነው ቤቱ ለመኖር ምን ማድረግ ያስፈልጋቸዋል? በእርሱ ማመን ወይም የተናገረውን ማመን
11. ሁለተኛ ስህተት እንዳይሰሩ ቃል መግባት አለባቸው? የለባቸውም ኢየሱስ እንደሚያድናቸው ማመን አለባቸው? አዎን ከመጥፎ ነገር የበለጠ ጥሩ ነገር እንደሚሰሩ ቃል መግባት አለባቸው? የለባቸውም ኢየሱስ በእነሱ ቦታ እንደሞተ ማመን አለባቸው? አዎን
12. ኢየሱስ እንደ በጉ በእርሱ ቦታ መሞቱን ለሚያምን ለማንኛውም ሰው በሰማይ መኖር እንደሚችል እግዚአብሔር የተናገረው እውነት ነውን? አዎን

የእግዚአብሔርን ደብዳቤ ተረድታችሁታል? መልሶች

1. እግዚአብሔር ሁሉንም ነገር በቃሉ በመናገር ሰራቸው። ይኼ ስለ እግዚአብሔር ምን ይነግረናል? እርሱ በጣም ኀያል ነው
2. እግዚአብሔር እንከን የለሽ የሆነ ዓለም መፍጠር የሚችለው ለምንድነው? እርሱ ፍጹም ስለሆነ
3. የሉሲፈርን አለመታዘዝ መጽሐፍ ቅዱስ በአንድ ልዩ ቃል ይገልጸዋል። ያ ቃል ምንድነው? ኀጢአት
4. አንድ ሰው መጥፎ ሥራ ሰርቶ ከተጠያቂነት ማምለጥ የማይችለው ለምንድነው? መጥፎ ሥራ ሁሉ መቀጣት ስላለበት
5. እግዚአብሔር ለሰይጣንና ለመጥፎዎቹ መላእክት የሰራው ቤት ምን ተብሎ ይጠራል? የእሳት ባህር
6. የአዳምንና የሔዋንን አለመታዘዝ መጽሐፍ ቅዱስ የገለጸበት ቃል ምንድነው? ኀጢአት
7. በኀጢአት ምክንያት ወደ ዓለም የገባው ምንድነው? ሞት
8. አዳምና ሔዋን እንከን የለሽ መሆናቸው ቀርቷል። ሲሞቱ ከሰይጣን ጋር ሄደው በሚያስፈራው ቤቱ ይኖራሉ። ይህንን አይነቱን ሞት መጽሐፍ ቅዱስ ምን ብሎ ይጠራዋል? ሁለተኛ ሞት
9. እግዚአብሔር ልዩ ሰው ልኮ ሰዎችን ከሁለተኛ ሞት እንደሚታደጋቸው ቃል ገብቷል። ይህ ሰው ማን ተብሎ ይጠራል? አዳኝ
10. ሰዎች በሰማይ ለመኖር እንከን የለሽ መሆን ለምን አስፈለጋቸው? ፍጹም ከሆነው አምላክ ጋር መኖር የሚችሉት እንከን የለሽ ሰዎች ብቻ ናቸው
11. እግዚአብሔር አዳምና ሔዋንን ፈጽሞ ኀጢአት እንዳልሰሩ ማስመሰል ይችላል? አይችልም

172

12. እግዚአብሔር ለሰዎች እነሱን ሰይቀጣ ኀጢአታቸውን እንዴት እንደሚቀጣ አሳየቸው። ምን አይነት እንስሳ ነው እንዲያመጡ ነገራቸው? በግ

13. ሰውየው እጁን በበጉ ላይ ሲያሳርፍ ኀጢአቱ ምን ይሆናል? የሰውየው ኀጢአት ወደ በጉ ይተላለፋል

14. በጉ በማን ቦታ ተተክቶ ሞተ? በሰው ቦታ

15. በጉ ምንም ጥፋት ካልሰራ ለምን ተቀጣ? የሰውን ኀጢአት ስለተሸከመ

16. ሰዎች እግዚአብሔር የተናገረውን ካመኑ ሲሞቱ ወደ ሰማይ ይሄዳሉ። እግዚአብሔር እንከን የለሽ በሆነው ቤቱ እንዲኖሩ እንዴት አድርጎ ነው የሚለውጣቸው? እንከን የለሽ ያደርጋቸዋል

17. ጥሩ ሰዎች ለመሆን ብንሞክር፣ ፈጽሞ ምንም ዓይነት መጥፎ ሃሳብ ባናስብና ባንሰራ በሰማይ ለመኖር እንድንችል እንከን የለሽ መሆን እንችላለን? አንችልም

18. አዳኝ ለመሆን ሰማይን የተወ ማነው? ኢየሱስ

19. ኢየሱስ ፈጽሞ ኀጢአት ሰርቶ ስለማያውቅ መሞት ነበረበት? አልነበረበትም

20. መጽሐፍ ቅዱስ ኢየሱስ ወደ መሰዊያው እንደተወሰዱት በጎች ነው ይለናል። ሰዎች እነዚያን በጎች የሚያስታውሳቸው ኢየሱስ የተጠራበት ስም ማን ይባላል? የእግዚአብሔር በግ

21. የሰው ሁሉ ኀጢአት በበጉ ላይ እንዳረፈ ታስታውሳላችሁ? በኢየሱስ ላይ ያረፈው የማን ኀጢአት ነው? የእኛ ኀጢአት

22. በጉ በሰውየው ቦታ ሞተ። ኢየሱስ የሞተው በማን ቦታ ነው? በእኛ ቦታ

23. ኢየሱስ ሰዎችን በሰማይ ወደ ሕይወት አመጣቸዋለሁ ሲል እንከን የለሽ ቤቱ ለመኖር ምን ማድረግ ያስፈልጋቸዋል? በእርሱ ማመን

12. እግዚአብሔር ለሰዎች እነሱን ሰይቀጣ ኀጢአታቸውን እንዴት እንደሚቀጣ አሳየቸው። ምን አይነት እንስሳ ነው እንዲያመጡ ነገራቸው? በግ

13. ሰውየው እጁን በበጉ ላይ ሲያሳርፍ ኀጢአቱ ምን ይሆናል? የሰውየው ኀጢአት ወደ በጉ ይተላለፋል

14. በጉ በማን ቦታ ተተክቶ ሞተ? በሰው ቦታ

15. በጉ ምንም ጥፋት ካልሰራ ለምን ተቀጣ? የሰውን ኀጢአት ስለተሸከመ

16. ሰዎች እግዚአብሔር የተናገረውን ካመኑ ሲሞቱ ወደ ሰማይ ይሄዳሉ። እግዚአብሔር እንከን የለሽ በሆነው ቤቱ እንዲኖሩ እንዴት አድርጎ ነው የሚለውጣቸው? እንከን የለሽ ያደርጋቸዋል

17. ጥሩ ሰዎች ለመሆን ብንሞክር፣ ፈጽሞ ምንም ዓይነት መጥፎ ሃሳብ ባናስብና ባንሰራ በሰማይ ለመኖር እንድንችል እንከን የለሽ መሆን እንችላለን? አንችልም

18. አዳኝ ለመሆን ሰማይን የተወ ማነው? ኢየሱስ

19. ኢየሱስ ፈጽሞ ኀጢአት ሰርቶ ስለማያውቅ መሞት ነበረበት? አልነበረበትም

20. መጽሐፍ ቅዱስ ኢየሱስ ወደ መሰዊያው እንደተወሰዱት በጎች ነው ይለናል። ሰዎች እነዚያን በጎች የሚያስታውሳቸው ኢየሱስ የተጠራበት ስም ማን ይባላል? የእግዚአብሔር በግ

21. የሰው ሁሉ ኀጢአት በበጉ ላይ እንዳረፈ ታስታውሳላችሁ? በኢየሱስ ላይ ያረፈው የማን ኀጢአት ነው? የእኛ ኀጢአት

22. በጉ በሰውየው ቦታ ሞተ። ኢየሱስ የሞተው በማን ቦታ ነው? በእኛ ቦታ

23. ኢየሱስ ሰዎችን በሰማይ ወደ ሕይወት አመጣቸዋለሁ ሲል እንከን የለሽ ቤቱ ለመኖር ምን ማድረግ ያስፈልጋቸዋል? በእርሱ ማመን

173

የእግዚአብሔርን ደብዳቤ ታምናላችሁ? መልሶች

- ኢየሱስ ማነው ብላችሁ ታምናላችሁ? አንድ ጥሩ ሰው ነው ወይስ ከዚያ በላይ? እግዚአብሔር ነው
- ስለ ራሳችሁ ምን ትላላችሁ? ወደ ሰማይ ሊያስገባን የሚችል ጥሩነት አለን ብላችሁ ታምናላችሁ ወይስ ኀጢአተኛ መሆናችሁን ታምናላችሁ? እኛ ኀጢአተኞች ነን
- እግዚአብሔር ኀጢአታችሁን ያልፈዋል ብላችሁ ታምናላችሁ ወይስ ኀጢአታችሁ መቀጣት አለበት ብላችሁ ታምናላችሁ? መቀጣት አለበት
- በእናንተ ቦታ የተቀጣው ማነው? ኢየሱስ
- የእናንተ በግ ማነው ብላችሁ ታምናላችሁ? ኢየሱስ
- ኢየሱስ ኀጢአታችሁን እስከመሸከም ድረስ ወዶኛል ብላችሁ ታምናላችሁ? አዎ
- ኢየሱስ ከሞተ በኋላ እንደገና ሕያው ሆነ፤ ለዘላለምም ይኖራል። ይህንን ታምናላችሁ? አዎ

የእግዚአብሔርን ደብዳቤ ታምናላችሁ? መልሶች

- ኢየሱስ ማነው ብላችሁ ታምናላችሁ? አንድ ጥሩ ሰው ነው ወይስ ከዚያ በላይ? እግዚአብሔር ነው
- ስለ ራሳችሁ ምን ትላላችሁ? ወደ ሰማይ ሊያስገባን የሚችል ጥሩነት አለን ብላችሁ ታምናላችሁ ወይስ ኀጢአተኛ መሆናችሁን ታምናላችሁ? እኛ ኀጢአተኞች ነን
- እግዚአብሔር ኀጢአታችሁን ያልፈዋል ብላችሁ ታምናላችሁ ወይስ ኀጢአታችሁ መቀጣት አለበት ብላችሁ ታምናላችሁ? መቀጣት አለበት
- በእናንተ ቦታ የተቀጣው ማነው? ኢየሱስ
- የእናንተ በግ ማነው ብላችሁ ታምናላችሁ? ኢየሱስ
- ኢየሱስ ኀጢአታችሁን እስከመሸከም ድረስ ወዶኛል ብላችሁ ታምናላችሁ? አዎ
- ኢየሱስ ከሞተ በኋላ እንደገና ሕያው ሆነ፤ ለዘላለምም ይኖራል። ይህንን ታምናላችሁ? አዎ

174

ማስታወሻ

1. “ደብዳቤ” የሚለውን ቃል የተጠቀምነው ”መልእክት” የሚለውን ሃሳብ በቀላሉ በመግለጽ እግዚአብሔር መጽሐፍ ቅዱስን እንዴት ወደ እኛ አደረሰ የሚለውን ለማብራራት ነው።
2. “እግዚአብሔር ዘላለማዊ ነው” የሚለውን ሃሳብ ለማሳየት ነው።
3. “ኃይል ናቸው” የሚል ሃሳብን በመቃወም “ፍጡር ናቸው” የሚለውን ሃሳብ ለማሳየት ነው።
4. “ተመልሰው እንዳይመጡ” የሚለው “ለዘላለም” ለማለት ነው። ሰይጣን አማኞችን ለመክሰስ ሰማይ ለመድረስ ይችላል፤ ነገር ግን አይሳካለትም።
5. መጽሐፍ ቅዱስ ሰይጣንና መላእክቱ አሁን በአዲሱ ቤታቸው እንዳልሆኑ በግልጽ አስቀምጧል፤ ወደፊት ግን በእዚያ ተወስነው ይኖራሉ። (ራዕይ 20፡10) ይህ መጽሐፍ ይህንን እውነት ለማብራራት ሰፊ አይደለም። ብዙ ማብራሪያ ከተጠቀምን መጽሐፉ ለማስተላለፍ ከፈለገው ሃሳብ ሊያርቀን ወደሚችል ጥያቄዎች ይወስደናል ብለን በማሰብ ነው።

ማስታወሻ

1. “ደብዳቤ” የሚለውን ቃል የተጠቀምነው ”መልእክት” የሚለውን ሃሳብ በቀላሉ በመግለጽ እግዚአብሔር መጽሐፍ ቅዱስን እንዴት ወደ እኛ አደረሰ የሚለውን ለማብራራት ነው።
2. “እግዚአብሔር ዘላለማዊ ነው” የሚለውን ሃሳብ ለማሳየት ነው።
3. “ኃይል ናቸው” የሚል ሃሳብን በመቃወም “ፍጡር ናቸው” የሚለውን ሃሳብ ለማሳየት ነው።
4. “ተመልሰው እንዳይመጡ” የሚለው “ለዘላለም” ለማለት ነው። ሰይጣን አማኞችን ለመክሰስ ሰማይ ለመድረስ ይችላል፤ ነገር ግን አይሳካለትም።
5. መጽሐፍ ቅዱስ ሰይጣንና መላእክቱ አሁን በአዲሱ ቤታቸው እንዳልሆኑ በግልጽ አስቀምጧል፤ ወደፊት ግን በእዚያ ተወስነው ይኖራሉ። (ራዕይ 20፡10) ይህ መጽሐፍ ይህንን እውነት ለማብራራት ሰፊ አይደለም። ብዙ ማብራሪያ ከተጠቀምን መጽሐፉ ለማስተላለፍ ከፈለገው ሃሳብ ሊያርቀን ወደሚችል ጥያቄዎች ይወስደናል ብለን በማሰብ ነው።

175

GoodSeed® ለትርፍ ያልቆመና የዚህን መጽሐፍ ይዘት ግልፅ በሆነ መንገድ በአማርኛና በሌሎችም ቋንቋዎች ለማስተላለፍ የተቋቋመ ድርጅት ነው። የትርጉም ስራዎቻችንን ወይም እየሰራናቸው ያሉትን ፕሮጀክቶች ለማወቅ ከፈለጋችሁ በሚከተለው አድራሻችን ልታገኙን ትችላላችሁ።

GoodSeed® International
P. O. Box 3704
Olds, Alberta T4H 1P5
CANADA
Bus: 403 556 9955
Fax: 403 556 9950
info@goodseed.com

ቤዛ ባፕቲስት ቤተክርስቲያን
ፖ.ሣ.ቁ 13241
አዲስ አበባ
ኢትዮጵያ
ኢ-ሜይል፡ bezabaptist@yahoo.com

goodseed®
see·hear·understand
www.goodseed.com

'GoodSeed' and the Book / Leaf design mark are trademarks of GoodSeed International.

GoodSeed® is a not-for-profit organization that exists for the purpose of clearly communicating the contents of this book in this language and others. We invite you to contact us if you are interested in ongoing projects or translations.

GoodSeed® ለትርፍ ያልቆመና የዚህን መጽሐፍ ይዘት ግልፅ በሆነ መንገድ በአማርኛና በሌሎችም ቋንቋዎች ለማስተላለፍ የተቋቋመ ድርጅት ነው። የትርጉም ስራዎቻችንን ወይም እየሰራናቸው ያሉትን ፕሮጀክቶች ለማወቅ ከፈለጋችሁ በሚከተለው አድራሻችን ልታገኙን ትችላላችሁ።

GoodSeed® International
P. O. Box 3704
Olds, Alberta T4H 1P5
CANADA
Bus: 403 556 9955
Fax: 403 556 9950
info@goodseed.com

ቤዛ ባፕቲስት ቤተክርስቲያን
ፖ.ሣ.ቁ 13241
አዲስ አበባ
ኢትዮጵያ
ኢ-ሜይል፡ bezabaptist@yahoo.com

goodseed®
see·hear·understand
www.goodseed.com

'GoodSeed' and the Book / Leaf design mark are trademarks of GoodSeed International.

GoodSeed® is a not-for-profit organization that exists for the purpose of clearly communicating the contents of this book in this language and others. We invite you to contact us if you are interested in ongoing projects or translations.

www.ingramcontent.com/pod-product-compliance
Lightning Source LLC
Chambersburg PA
CBHW040005110426
42738CB00047B/3485